കൊട്ടാരവിപ്ലവം

കഥകൾ

ഷാജിൽ അന്ത്രു

Made with ♥ on the Notion Press Platform
www.notionpress.com

ഉള്ളടക്കം

ആമുഖം

എന്റെ പതിനാലാമത്തെ പുസ്തകമാണ് "കൊട്ടാരവിപ്ലവം". 2023 ൽ എല്ലാ മാസവും പന്ത്രണ്ടു കഥകൾ ഉൾപ്പെടുന്ന ഒരു സമാഹാരം വീതം പ്രസിദ്ധീകരിക്കാൻ ആഗ്രഹിക്കുന്നു. അതിന്റെ തുടക്കം കുറിക്കുകയാണ്. ഈ പുസ്തകത്തിന്റെ കവർ ചിത്രം വരച്ചത് എന്റെ ഭാര്യ, മിനിയാണ്.

ഇതിലെ കഥകൾ പലതും വ്യത്യസ്ത കാലഘട്ടത്തിൽ എഴുതിയതാണ്. ചിലത് പ്രസിദ്ധീകരിച്ചിട്ടുള്ളതുമാണ്.

എന്റെ വായനക്കാർ "കൊട്ടാരവിപ്ലവം" എന്ന കഥാസമാഹാരവും സ്വീകരിക്കുമെന്ന് പ്രതീക്ഷിക്കുന്നു.

ഷാജിൽ അന്ത്രു

ജനുവരി 2023

മുഖവുര

കൊട്ടാരവിപ്ലവം എന്റെ പതിനാലാമത്തെ കൃതിയാണ്.

കൊട്ടാരവിപ്ലവം എന്ന പന്ത്രണ്ട് കഥകളുടെ സമാഹാരം വായനക്കാരനെ വ്യത്യസ്തതലങ്ങളിലേക്ക് കൊണ്ട് പോകുകയും ചിന്തിപ്പിക്കുകയും, സമകാലിക – സാമൂഹ്യ – വിഷയങ്ങളുടെ പ്രതിഫലനോവ്യമായി അനുഭവ പെടുത്തുകയും ചെയ്യും എന്ന് തീർച്ച.

ഷാജിൽ അന്ത്രു

ജനുവരി 2023

1

ബ്രേക്കിംഗ് ന്യൂസ്

നഗരത്തിലെ പ്രമുഖ ടി വി ചാനൽ രാജ്യത്തിലെ പുതിയ പ്രധാനമന്ത്രിയുടെ സ്ഥാനോഹരണം ചർച്ച ചെയ്യുകയായിരുന്നു. അന്നേരമാണ് ന്യൂസ് എഡിറ്ററിന്റെ മുന്നിൽ ഒരാൾ കടന്നു ചെന്നത്. രാഷ്ട്രീയ-സാമൂഹിക മണ്ഡലത്തിൽ കോളിളക്കം സൃഷ്ടിക്കാൻ പാകത്തിനുള്ള ഒരു കണ്ടുപിടിത്തത്തിനെ കുറിച്ച് സംസാരിക്കണം എന്നായിരുന്നു ആവശ്യം. അതും ലൈവ് ആയി മാത്രം. എന്താണെന്നു ചോദിച്ചിട്ടൊന്നും അയാൾ മറുപടി പറഞ്ഞില്ല. അയാളെ ഇറക്കി വിടാൻ എഡിറ്റർക്ക് തോന്നിയില്ല. അയാൾ പറയുന്നത് സത്യമാണെങ്കിൽ മറ്റു ടി വി ചാനലുകൾ ബ്രേക്ക് ചെയ്താലോ? അതായിരുന്നു എഡിറ്ററിന്റെ മനസ്സിൽ. അടുത്ത കാലത്തായി ചാനലിന്റെ റേറ്റിംഗ് താഴേക്ക് വരുകയും ആണ്.

എഡിറ്റർ അയാളോട് പറഞ്ഞു

"നിങ്ങളെ വെറുതെ ലൈവ് സ്റ്റുഡിയോയിലേക്ക് കയറ്റി വിടാൻ കഴിയില്ല. അത് കൊണ്ട് കുറച്ചു കൂടി വിശദാംശങ്ങൾ പറയൂ"

അയാളുടെ മറുപടി ഇങ്ങനെയായിരുന്നു.

"നിങ്ങൾക്ക് താല്പ്പര്യമില്ലായെങ്കിൽ പറഞ്ഞാൽ മതി. ഞാൻ വേറെ ചാനലിൽ ബ്രേക്ക് ചെയ്യാം "

എഡിറ്റർ വീണ്ടും പറഞ്ഞു.

"ഇപ്പോൾ ഇലക്ഷന് റിസൾട്ട് ആസ്പദമാക്കി ചർച്ച നടക്കുകയാണ്. തോറ്റവർ ജനങ്ങൾ അവർക്കനുകൂലമാണെന്നും, എന്നാൽ വോട്ട് ചെയ്തപ്പോൾ എന്ത് കൊണ്ട് മറിച്ചു ചെയ്തു വെന്നും അറിയില്ലയെന്നു പറഞ്ഞു ന്യായീകരിച്ചു കൊണ്ടിരിക്കുകയാണ്. നമ്മുടെ അവതാരകൻ അവരെയെല്ലാം കൊന്നുകൊല വിളിക്കുകയാണ്. ഇതിനിടയിൽ ഇപ്പോൾ തന്നെ നിങ്ങൾക്ക് ന്യൂസ് ബ്രേക്ക് ചെയ്യണമെന്ന് പറഞ്ഞാൽ അത് പ്രയാസമല്ലേ?"

അയാൾ എഡിറ്ററെ ഒന്ന് നോക്കി . പുഞ്ചിരിച്ചു.

"ഞാൻ നല്ലസമയത്തു തന്നെയാണ് വന്നത്. എന്റെ ബ്രേക്കിംഗ് ന്യൂസ് മറ്റൊന്നുമല്ല. ഒരു ഉപകരണം. അതുണ്ടെങ്കിൽ രാഷ്ട്രീയക്കാർക്ക് ജനത്തിന് അവരെ ഇഷ്ടമുണ്ടോയെന്നു അറിയാം."

എഡിറ്റർക്ക് ഉത്സാഹമായി.

"ഒന്ന് ഡെമോൺസ്ട്രറ്റ് ചെയ്യാമോ?"

"പിന്നെന്താ?"

അയാൾ ആ ഉപകരണം മേശപ്പുറത്തു വെച്ച്. ഒരു ടച്ച് സ്ക്രീൻ മാത്രമേയുള്ളൂ. അയാൾ ആ മെഷീൻ ഓൺ ചെയ്തു. എന്നിട്ടു ഒരു പുഞ്ചിരിയോടെ അയാളുടെ കൈ പിടിച്ചു സ്ക്രീനിന്റെ ഒരിടത്തു അമർത്തിപിടിപ്പിച്ചു. സ്വന്തം കൈ വേറൊരു ഭാഗത്തും. സ്ക്രീനിൽ ഒരു ഗ്രാഫ് പ്രത്യക്ഷപെട്ടു. പിന്നെ മൈനസ് ടെൻ എന്ന സംഖ്യയും. അയാൾ പൊട്ടിച്ചിരിച്ചു.

"കണ്ടില്ലേ ...നിങ്ങൾക്ക് എന്നോട് സ്നേഹം ഇല്ലെന്ന് മാത്രമല്ല, നിങ്ങൾ എന്നെ വെറുക്കാൻ

തുടങ്ങിയിരിക്കുകയാണ്?"

എഡിറ്റർ ഇളിഭ്യനായി. അത് മറച്ചു വെച്ച് എഡിറ്റർ അയാളോട് ചോദിച്ചു .

"ഇത് വെച്ച് എങ്ങനെ ജനത്തിന്റെ മനസ് അളക്കാം."

"ഇതിൽ എന്റെ കൈ വെച്ചതിനു പകരം പാർട്ടിയുടെയോ , ആളുടെയോ പേര് ടൈപ്പ് ചെയ്തു കൊടുക്കാനുള്ള സൗകര്യമുണ്ട്."

അയാൾ പറഞ്ഞു.

"പരീക്ഷിക്കുന്നോ?"

എഡിറ്റർ ഒരു പരീക്ഷണത്തിന് കൂടി മുതിർന്നില്ല.

"വേണ്ട...വരു "

എഡിറ്റർ അയാളെ സ്റുഡിയോക്ക് അകത്തേക്ക് ക്ഷണിച്ചു. ഒരു കുറിപ്പ് എഴുതി അവതാരകന് കൊടുത്തു.

അവതാരകൻ ജനങ്ങളോടായി പറഞ്ഞു.

"വളരെയേറെ ഘടകങ്ങൾ സ്വാധീനിച്ച തെരെഞ്ഞുടുപ്പാണ് നടന്നത്.ജനത്തിന്റെ മനസിലിരുപ്പ് ആർക്കൊപ്പമെന്നറിയാൻ ഒരു മുന്നണിക്കും സാധിച്ചില്ലായെന്ന സ്ഥിതിവിശേഷമാണ് കേരളത്തിൽ. ഇതിനെ മറികടക്കാൻ ഒരു ഉപകരണമായി നമ്മുടെ മുന്നിലേക്ക് എത്തുകയാണ് നമ്മുടെ പുതിയ അതിഥി. അതിലേക്കെത്തും മുമ്പ് ഒരു ചെറിയ ഇടവേള"

അങ്ങനെയാണ് സ്നേഹം അളക്കുന്ന യന്ത്രം എല്ലാ ടി വി കളുടെയും പത്രങ്ങളുടെയും ബ്രേക്കിംഗ് ന്യൂസ് ആയത്. ചർച്ചയായത്. എല്ലാ വാർത്തകളും തമസ്കരിച്ചു കൊണ്ട് എല്ലാവരും ഈ വാർത്തക്ക് പിറകെ പോയി.

പത്തു മിനിട്ടു കൊണ്ട് ഓൺലൈൻ ബുക്കിംഗ് ലക്ഷങ്ങൾ കടന്നു. കൂടുതലും സ്ത്രീകളാണ് ഈ യന്ത്രം വാങ്ങാൻ മുന്നോട്ടിറങ്ങിയത്.

ഈ ഉപകരണം കയ്യിൽ കിട്ടിയാൽ കൂട്ടാളിയുടെ പേര് നൽകി കാത്തു നിന്നാൽ മതി. എത്ര മാത്രം സ്നേഹമുണ്ടെന്നു അറിയാൻ. ഇനി അതല്ല. കൂട്ടാളിക്കു ആരോടാണ് സ്നേഹമെന്നറിയണമെന്നുണ്ടെങ്കിൽ അയാളുടെ കൈ വിരൽ മെഷീനിൽ പതിപ്പിച്ചാൽ മതി. ആരോടാണ് സ്നേഹം- ആ ആളുടെ അയാൾ വിളിക്കുന്ന പേര് എഴുതി കാണിക്കും.

സംഗതിയുടെ അപകടം ചാനൽ ചർച്ചയിൽ തന്നെ എല്ലാവരും മണത്തു. ഒരു നേതാവിന്റെ വിരൽ ഈ മെഷീനിൽ പതിപ്പിച്ചപ്പോൾ മറ്റൊരു രാഷ്ട്രീയ പാർട്ടിയുടെ പേരാണ് തെളിഞ്ഞത്. ക്ഷോഭത്തോടെ, മെഷീൻ തട്ടിപ്പാണെന്നും, നിരോധിക്കണമെന്നാവശ്യപ്പെട്ട് അയാൾ ചർച്ചയിൽ നിന്നിറങ്ങി പോയി. രാഷ്ട്രീയ പാർട്ടികൾ ഒറ്റക്കെട്ടായി തെരഞ്ഞെടുപ്പ് കമ്മീഷനെ സമീപിക്കാൻ തീരുമാനിച്ചു. പക്ഷെ, അത് നിരോധിക്കും മുമ്പ് മെഷീൻ വാങ്ങാൻ ആളുകൾ നെട്ടോട്ടം ഓടി.

മെഷീനിന്റെ ശിൽപിയായ അയാൾ ലോകം കീഴടക്കിയ സന്തോഷത്തിലായിരുന്നു. ടി വി യും പത്രങ്ങളും കണ്ടും വായിച്ചും അയാൾ പൊട്ടിച്ചിരിച്ചു. കാപട്യം അഴിഞ്ഞു വീഴുമെന്നറിഞ്ഞപ്പോൾ ലോകത്തിനു ഭ്രാന്ത് പിടിക്കുന്നത് കണ്ടു അയാൾക്ക് ചിരിയടക്കി നിർത്താൻ കഴിഞ്ഞില്ലാ.

മെഷീൻ നിർമ്മിക്കുന്നതിനേക്കാൾ വേഗത്തിൽ വിറ്റു പോകാൻ തുടങ്ങി. അയാളുടെ പണപ്പെട്ടി നിറഞ്ഞു. പലരും ഒളിച്ചും തെളിഞ്ഞും ശിൽപിയുടെ മെഷീൻനിർമ്മിതി നിർത്തിവെക്കാൻ പണം വാഗ്ദാനം ചെയ്തു . അവരുടെ പരവേശം കണ്ടു ശിൽപി ഒരു പ്രത്യേക ആനന്ദാനുഭൂതിയിൽ ലയിച്ചു. ആൾക്കാരുടെ കപടമുഖം അഴിഞ്ഞു വീഴുമോ എന്ന ആശങ്ക കാണുന്നത് അയാൾക്കു ഒരു ലഹരിയായി.

ഈ ഘട്ടത്തിലാണ്, സുഹൃത്തുക്കളെ, എൻട്രി വരവ്.

ഞാന്‍ ഒരു ഉപദേശിയാണ്. ആംഗലേയ ഭാഷയില്‍ ഒരു കണ്‍സള്‍ട്ടന്റ്. എന്റെ മുമ്പില്‍ വരുന്നവരുടെ പ്രശ്നങ്ങള്‍ പരിഹരിക്കാന്‍ വേണ്ട ഉപദേശം കൊടുക്കുകയെന്നതാണ് എന്റെ പണി. ഒരു മുഖ്യമന്ത്രിയുടെ ഉപദേശകന്‍ എന്റെ ക്ലയന്റ് ആണെന്ന് പറയുമ്പോള്‍ ഞാന്‍ ആരെന്നു നിങ്ങള്‍ക്ക് മനസിലാകും.

ഈ ശില്‍പിയെ ഒതുക്കുകയെന്നതായിരുന്നു എന്നെ ഏല്‍പ്പിച്ച ദൗത്യം. ആരാണ് ഏല്‍പ്പിച്ചത് എന്നോ എത്ര ഫീ അതിനു ഞാന്‍ വാങ്ങിയെന്നോ ഞാന്‍ പറയില്ല. ദൗത്യം ഏല്‍പിച്ച ഉടന്‍ തന്നെ ഞാന്‍ ആ ശില്‍പിയെ ആദരിക്കാന്‍ തീരുമാനിച്ചു. ഇത്രയൊക്കെ ചലനങ്ങള്‍ സമൂഹത്തില്‍ ഉണ്ടാക്കിയിട്ടും അയാളെ ആദരിക്കാന്‍ ആരും തയാറായിട്ടില്ല.

നഗരത്തിലെ ഏറ്റവും വലിയ ആര്‍ഭാട ഹാള്‍ തന്നെ ഞാന്‍ വാടകക്ക് എടുത്തു. ആദരിച്ചു പൊന്നാട അണിയിക്കാന്‍ പലരും വൈമുഖ്യം പ്രകടിപ്പിച്ചു. ഒടുവില്‍ എന്നെ ദൗത്യം ഏല്‍പ്പിച്ച ആള്‍ തന്നെ എനിക്ക് ഒരു സിനിമ നടനെ ഏര്‍പ്പാട് ചെയ്തു തന്നു.

എന്റെ ഏല്‍പ്പിച്ച ദൗത്യം തീരാന്‍ എടുക്കുന്ന ദിവസങ്ങള്‍ അനുസരിച്ചു എന്റെ ഫീസ് കുറയുമെന്ന കാര്യം ഒന്ന് കൂടി എന്റെ ക്ലയന്റ് എന്നെ ഓര്‍മിപ്പിച്ചു.ഞാന്‍ പറഞ്ഞു.

"എനിക്കും ധൃതിയുണ്ട്"

ഏതായാലും ആദരിക്കല്‍ ചടങ്ങിനുള്ള ദിനമായി. ചടങ്ങിനു സാക്ഷ്യം വഹിക്കാന്‍ ഹാളിനുള്ളില്‍ കൊള്ളാന്‍ കഴിയാത്തത്ര ആള്‍കാര്‍ ഉണ്ടായിരുന്നു. മാത്രമല്ല അതില്‍ കൂടുതല്‍ സ്ത്രീകളും മാധ്യമപ്രവര്‍ത്തകരുമായിരുന്നു.

ശില്‍പി എത്തിയതും നിര്‍ത്തില്ലാത്ത കൈയടിയോടെ എഴുന്നേറ്റു നിന്ന് എല്ലാവരും അയാളെ സ്വീകരിച്ചു.

വേദിയില്‍ ഞാന്‍ അയാളെ ഒന്ന് കൂടി അയാളുടെ മെഷീനിനെ കുറിച്ച് സംസാരിക്കാന്‍ വിളിച്ചു. അയാളുടെ

ഓരോ വാക്കുകളും എല്ലാവരും കൈയടിയോടെയാണ് സ്വീകരിച്ചത്. കപടലോകത്തെ തകർക്കാനെത്തിയ ദേവദൂതനാണ് ആ ശിൽപിയെന്നു എല്ലാവർക്കും തോന്നി. ഇതെല്ലാം കണ്ടു ഞാൻ പുഞ്ചിരിയോടെ ഇരുന്നു. ഇതിനിടയിൽ എന്നെ പണി ഏൽപ്പിച്ച ആളുടെ ഒരു മെസ്സേജ് ഫോണിൽ വന്നു. നല്ല ഒന്നാം തരം പച്ചത്തെറി.

ഇനി എന്റെ ഊഴമാണ്. ഞാൻ പതുക്കെ എഴുന്നേറ്റു.

മൈക്ക് പണ്ടും എനിക്ക് ഹരമായിരുന്നു. എന്റെ ശബ്ദം തിരിച്ചു കേൾക്കുന്ന ഒരു സുഖം ഒന്ന് വേറെയാണ്.

"ഈ മെഷീൻ ഒരു തട്ടിപ്പാണ്"

ഞാൻ പ്രസംഗിച്ചു തുടങ്ങിയത് ഇങ്ങനെയായിരുന്നു.

എല്ലാവരും ഞെട്ടി. ശിൽപിയും. അടുത്ത വാക്കു കേൾക്കാൻ എല്ലാവരും ആകാംഷയോടെയിരുന്നു.

ഞാൻ തുടർന്നു.

"ഞാൻ തെളിയിക്കാം. ഇതിൽ ഒരു പേര് മാത്രമേ തെളിയൂ."

ശിൽപി ചാടിയെഴുന്നേറ്റു.

"ഞാൻ വെല്ലുവിളിക്കുന്നു. തെളിയിക്ക്"

"തെളിയിക്കാം."

ഞാൻ മറുപടി പറഞ്ഞു.

എന്നിട്ട് സദസ്സിനെ നോക്കി ഞാൻ പറഞ്ഞു.

"മുൻനിരയിൽ എല്ലാവരും വേദിയിലേക്ക് വരൂ"

എല്ലാവരും പെട്ടെന്നു കയറി വന്നു. എല്ലാവർക്കും ഈ മെഷീൻ കപടമാണെന്നും, കാപട്യം ഒരിക്കലും മറ്റൊരാൾക്കു മനസിലാവില്ലയെന്നു ഉറപ്പ് വേണമെന്ന് ആഗ്രഹമുള്ളതു പോലെ...

മൈക്കിലൂടെ ഞാൻ പറഞ്ഞു.

"ഒരു മജിസ്ട്രേറ്റിന്റെ കൂടി വിളിക്കേണ്ടിയിരുന്നു.അത് ഓർത്തില്ല"

അപ്പോൾ ആൾക്കൂട്ടത്തിൽ നിന്നൊരാൾ പറഞ്ഞു.

"ഞാൻ മജിസ്ട്രേറ്റ് ആണ്. ജില്ലാ മജിസ്ട്രേറ്റ്"

ഞാൻ അയാളെ ക്ഷണിച്ചു.

ഇനി നടക്കാൻ പോകുന്ന പരീക്ഷണത്തിന്റെ തീർപ്പു കൽപിക്കുന്നത് ഇദേഹമായിരിക്കും.

ശിൽപി സമ്മതിച്ചു.

ഞാൻ ഒരു പേപ്പർ എടുത്തു വരൻ പോകുന്ന റിസൽട്ട് എഴുതി , ഒരു കവറിലിട്ടു.എന്നിട്ട് മജിസ്ട്രേറ്റിന്റെ കയ്യിൽ കൊടുത്തു.

ശിൽപിയെ നോക്കി പറഞ്ഞു.

"നിങ്ങളുടെ മെഷീൻ തട്ടിപ്പാണ്. രേഖപ്പെടുത്താൻ പോകുന്ന റിസൾട്ടാണ് ഞാൻ എഴുതി കൊടുത്തത് .എന്തെങ്കിലും പറയാനുണ്ടോ"

അയാൾ എഴുന്നേറ്റു .

"ഒരിക്കലുമില്ല. വരാൻ പോകുന്ന റിസൾട്ട് നിങ്ങൾക്കു അറിയാൻ കഴിയില്ല."

ഞാൻ പറഞ്ഞു.

"ഞാൻ ഹാക്ക് ചെയ്തു . എന്നെ പോലെ ആർക്കും ഈ മെഷീനിനെ ഹാക്ക് ചെയ്യാം "

ശിൽപി പൊട്ടി ചിരിച്ചു.

ആകെ നൂറു പേരാണ് വേദിയിൽ ഉണ്ടായിരുന്നത്. എല്ലാവരും സ്ത്രീകൾ . അവരുടെ വിരൽ മെഷീനിൽ വെക്കും . റിസൾട്ട് നോക്കാൻ മജിസ്ട്രേറ്റും, ഞാനും, ശിൽപിയും, പിറകിൽ എന്റെ ക്യാമറാമാൻ ഇതെല്ലാം റെക്കോർഡ് ചെയ്യുന്നുണ്ടായിരുന്നു

സ്ത്രീകൾ ഓരോത്തരായി വരാൻ തുടങ്ങി. വിരൽ മെഷീനിൽ പതിപ്പിച്ചു ഇറങ്ങി പോയി. അവരുടെ ഹൃദയം ആരുടെ പക്കലാണ് എന്ന് രേഖപെടുത്തിയിട്ടാണ് അവർ ഇറങ്ങിയത് . അവരുടെ ഭർത്താക്കന്മാർ, കാമുകന്മാർ, സഹോദരന്മാർ, അച്ചന്മാർ തുടങ്ങി പലരും അവിടെ

ഉണ്ടായിരുന്നു.

രണ്ട രണ്ടര മണിക്കൂറിയെടുത്തു എല്ലാവരുടെയും സ്നേഹം അളക്കാൻ.

മജിസ്ട്രേറ്റ് എഴുന്നേറ്റു.

"ഓരോ സ്ത്രീകളുടെ സ്നേഹം ആരോടാണ് എന്ന് പരസ്യമായി ഞാൻ വെളിപ്പെടുത്തുന്നില്ല. അത് സ്വകാര്യതയിലേക്കുള്ള കടന്നുകയറ്റമായിരിക്കും.പിന്നെ ഇവിടെ പരീക്ഷണം നടത്തും മുമ്പ് എനിക്ക് എഴുതി തന്ന റിസൾട്ട് ഉണ്ട്..ഞാൻ വായിച്ചു..."

മജിസ്ട്രേറ്റ് ഒന്ന് നിർത്തി. ശിൽപിയും ആൾക്കൂട്ടവും ആകാംഷയോടെ കാത്തു നിന്നു . മജിസ്ട്രേറ്റ് സീരിയലുകൾ കാണുന്ന ആളാണെന്നു തോന്നുന്നു. അയാൾ ശിൽപി യോട് ചോദിച്ചു.

"അയാൾ മുൻകൂട്ടി പറഞ്ഞ റിസൾട്ട് ആയിരിക്കുമോ ഉണ്ടായത്"

ശിൽപി പറഞ്ഞു.

"ഒരിക്കലുമില്ല. അങ്ങനെ സംഭവിക്കില്ല. ആർക്കും പ്രവചിക്കാൻ കഴിയില്ല. ഹാക്ക് ചെയ്യാനും കഴിയില്ല."

മജിസ്ട്രേറ്റ് എന്നോട് ചോദിച്ചു.

"എന്ത് പറയുന്നു. വെല്ലുവിളി പിൻവലിച്ചു ഒരു മാപ്പു പറഞ്ഞു പോകുന്നോ?"

"ഇല്ല. എന്റെ പ്രവചനം ശരിയായിരിക്കും"

മജിസ്ട്രേറ്റ് ആൾക്കൂട്ടത്തെ നോക്കി പറഞ്ഞു.

"എന്നാൽ പിന്നെ മനസിലായത് പറയാം. നൂറു പേരാണ് ഇവിടെ പരീക്ഷണത്തിന് വിധേയമായത്. എല്ലാവരുടെയും ഇഷ്ടം മുൻകൂട്ടി ഇയാൾ എഴുതി തന്നു. മെഷീന്റെ ഫലം മുൻകൂട്ടി പറയാം പറ്റും "

ആൾക്കൂട്ടം ഇളകി.

"കള്ളൻ...ചതിയൻ " എന്നൊക്കെ ആക്രോശിച്ചു ആൾക്കൂട്ടം വേദിയിലേക്ക് ഇരച്ചു കയറി. എന്ത് സംഭവിച്ചുയെന്നറിയില്ല. കുറച്ചു കഴിഞ്ഞു നോക്കുമ്പോൾ സദസ്സ് ചിന്നിച്ചിതറി കിടക്കുന്നു.വേദിയുടെ താഴെ , ശില്പിയെ തല്ലി ചതച്ചു മൃതപ്രായനാക്കി ഇട്ടിരിക്കുന്നു. അവസാനശ്വാസം വലിക്കുന്ന ദൃശ്യങ്ങൾ പോലും മാധ്യമങ്ങൾ ഒപ്പിയെടുക്കാനുള്ള വ്യഗ്രതയിലാണ്.

കർട്ടന്റെ ഇടയിൽ ഒളിച്ചിരുന്ന ഞാൻ പതുക്കെ അവിടെ നിന്ന് രക്ഷപെട്ടു. എനിക്ക് പണം തന്നവരുടെ ഫോൺ എന്നെ തേടി എത്തി.

"സമ്മതിച്ചിരിക്കുന്നു. പറഞ്ഞ തുകയുടെ ഇരട്ടി നിനക്കു തരും..അല്ലെങ്കിൽ വേണ്ട..ചോദിക്ക്..എന്തും തരും. ....പക്ഷെ പറ..എങ്ങനെ ഹാക്ക് ചെയ്തു ?"

ഞാൻ പറഞ്ഞു.

"ഹാക്ക് ഒന്നും ചെയ്യാൻ പറ്റില്ല . മെഷീൻ കൃത്യമാണ്. സത്യമാണ്. അത് കൊണ്ട് ഞാൻ എഴുതിയത് വേദിയിൽ കയറിയ എല്ലാവരുടെയും സ്നേഹം ഏറ്റവും കൂടുതൽ അവരുടെ ഉറ്റവരോടല്ല.മറിച്ചു ഈ ശില്പിയോടാണ്"

മറുതലയ്ക്കൽ നിന്ന് മറു ചോദ്യം വന്നു.

"അത് എന്താ അങ്ങനെ?"

"ഞാൻ പറഞ്ഞു.

"അതോ...ഈ മെഷീൻ ഇറങ്ങിയതിനു ശേഷമാണ് ഇവർ ഉറ്റവരാൽ സ്നേഹിക്കപ്പെട്ടത്...കാപട്യമില്ലാതെ..."

ഞാൻ ശില്പിയെ പോലെ സത്യമേ പറഞ്ഞുള്ളു.

പ്രിയമുള്ളവരേ,

ഞാനിപ്പോൾ പിന്തുടരപ്പെടുകയാണ്. കാപട്യം തുടച്ചു മാറ്റാൻ എത്തിയവനെ സത്യം കൊണ്ട് നേരിട്ടയെന്നെ അവനോടൊപ്പം അയക്കാൻ...

# # #

2

ചെമ്മീൻ തീയൽ

അവൾ സുന്ദരിയാണ്. സുന്ദരിയല്ലാത്ത അവളുടെ കൂട്ടുകാരിയോട് അവൾക്ക് , പക്ഷെ, എന്നും അസൂയയായിരുന്നു. കൂട്ടുകാരി നല്ല പാചകക്കാരിയാണ്. ഭക്ഷണം പാചകം ചെയ്യുന്നതിലുള്ള അവളുടെ നൈപുണ്യകഥകളും, ഭർത്താവിൽ നിന്ന് ലഭിക്കുന്ന അഭിനന്ദനപ്രവാഹകഥകളും കേട്ട് കേട്ട് അവൾ മടുത്തു. അസൂയ കൊണ്ട് വീർപ്പുമുട്ടി.

അവളുടെ ഭർത്താവ് എന്നും എപ്പോഴും തീൻമേശയുടെ മുന്നിലിരുന്നു പറയുന്നത് അവൾ ഓർത്തു.

- "നിനക്ക് ഒന്നുമുണ്ടാക്കാനറിയില്ല ...ഒരുങ്ങി നിൽക്കാനല്ലാതെ...."

അതൊക്കെ കേട്ട് ഓഫീസിൽ എത്തുമ്പോഴാണ് കൂട്ടുകാരിയുടെ പാചകവിശേഷപരമ്പര! ഒടുവിൽ അവൾ ഒരു തീരുമാനമെടുത്തു.

....ലീവ് എടുത്താണെങ്കിലും ഭർത്താവിനെ കൊണ്ട് അഭിനന്ദിപ്പിക്കും

ഓഫിസ് തിരക്കിനിടയിലും അവൾ ഇന്റർനെറ്റിൽ ഒന്ന് ഓടിച്ചു നോക്കി . അവൾ അദ്ഭുതപ്പെട്ടു പോയി. ഗൂഗിളിൽ കേരള കുക്കിങ് റെസിപ്പി എന്ന് ടൈപ്പ് ചെയ്തതേയുള്ളൂ .

എത്രയെത്ര പാചകസെറ്റുകൾ !

അവൾക്ക് ഉത്സാഹമായി.

അവൾ അതിൽ കൊള്ളാമെന്നു തോന്നിയ ഒരു സൈറ്റ് തുറന്നു. വീണ്ടും അത്ഭുതം.! പാചകത്തിന് ഏതെടുക്കണമെന്നറിയാതെ അവൾ പകച്ചു. ഒടുവിൽ ചെമ്മീൻ തീയൽ തയ്യാറാക്കാമെന്നു അവൾ തീരുമാനിച്ചു.ഭർത്താവിന് ഏറെ ഇഷ്ടം ചെമ്മീൻ കൊണ്ടുള്ള വിഭവങ്ങൾ ആണല്ലോ? ഒരു വെള്ള പേപ്പറിൽ എല്ലാം എഴുതിയെടുത്തു അവൾ വീട്ടിലേക്ക് പോയി.

അന്ന് രാത്രി അവൾക്കുറങ്ങാൻ കഴിഞ്ഞില്ല. അടുത്ത ദിവസം ഭർത്താവിന് യാത്രയയച്ചിട്ട് വേണം എല്ലാം ശരിയാക്കാൻ . അടുത്ത ദിവസം ലീവാണെന്ന വിവരം അവൾ ഭർത്താവിൽ നിന്നും ഒളിച്ചുവെച്ചു. പരീക്ഷ എഴുതാൻ പോകുന്ന ഒരു കുട്ടിയുടെ മനസുമായി അവൾ മയങ്ങി.

അടുത്ത ദിവസം ഭർത്താവ് പോയതിനു ശേഷം അവൾ അടുക്കളയിലേക്ക് കയറി. ചെമ്മീൻ തലേന്ന് തന്നെ കഴുകി വൃത്തിയാക്കി വെച്ചിരുന്നു.വളരെ പ്രയാസപ്പെട്ടാണെങ്കിലും ഇഞ്ചി, വെളുത്തുള്ളി, ചെറിയ ഉള്ളി , തക്കാളി, എന്നിവ അവൾ ചെറുതായി അരിഞ്ഞെടുത്തു. ഫ്രൈയിങ്ങ് പാനിൽ കുറച്ചു എണ്ണ ഒഴിച്ചു ചൂടാക്കി. കറിവേപ്പില, തേങ്ങാ ചിരണ്ടിയത് എന്നിവയോടൊപ്പം അരിഞ്ഞതെല്ലാം ചേർത്തിളക്കി.ഒന്ന് മൊരിഞ്ഞു കഴിഞ്ഞപ്പോൾ കുറച്ചു മുളക് പൊടിയും, മല്ലി പൊടിയും, മഞ്ഞൾപൊടിയും ചേർത്തു. പിന്നെ അല്പ്പനേരം കൂടി ഇളക്കി. ശേഷം തീയണച്ചു.

ഇനി ഇത് തണുക്കണം . അവൾ കുറച്ചൊന്നു വിശ്രമിക്കാമെന്നു കരുതി. ഇതിനിടെ കൂട്ടുകാരിയെ വിളിച്ചു ലീവെന്നു അറിയിച്ചു. അവിചാരിതമായി ലീവെടുത്തതിന്റെ കാരണം മാത്രം , പക്ഷെ പറഞ്ഞില്ല.

പല പ്രാവശ്യവും നേരത്തെ തയാറാക്കിവെച്ചത് തണുതോയെന്നവൾ പോയി നോക്കി. ഒടുവിൽ തണുത്തു കഴിഞ്ഞപ്പോൾ അവയെടുത്തു മിക്സിയിൽ അടിച്ചു പേസ്റ്റാക്കി. ചുമ്മാ ഒന്ന് നാവിൽ തൊട്ടു നോക്കി. കൊള്ളാമെന്നു അവൾക്ക് തോന്നി.

ഒരു മൂളിപ്പാട്ട് അവളറിയാതെ ഉണർന്നു. ഭർത്താവിന് വാളൻപുളി ഇഷ്ട്ടമല്ല. കുടംപുളി പകരം ഇടാമോ- അവൾ ആലോചിച്ചു. ആരോടെങ്കിലും ചോദിക്കണോ എന്ന് വരെ സംശയിച്ചു.

ഇനിയാണ് മർമ്മപ്രധാനജോലി. തക്കാളി, ഉപ്പ്, പുളിവെള്ളം എന്നിവ ചേർത്ത് ചെമ്മീൻ ഒരു പാത്രത്തിലെടുത്തു സ്റ്റവ് ഓൺ ചെയ്യുമ്പോൾ അറിയാതെ അവളുടെ കൈ വിറച്ചു.

വെന്ത ചെമ്മീനിൽ ചേരുവകൾ ചേർത്ത് കുറച്ചു നേരം കൂടി തിളപ്പിച്ചു. കടുക് വറുത്തു, കറിവേപ്പിലയും, ഉള്ളിയും മൂപ്പിച്ചു ചെമ്മീനിൽ ചേർത്ത് കഴിഞ്ഞപ്പോൾ അവൾ വല്ലാതെ തളർന്നു കഴിഞ്ഞിരുന്നു.

രുചിച്ചു നോക്കാൻ അവൾക്ക് ഭയം തോന്നി.അവൾ അത് അടച്ചു വെച്ചു . ചെറിയ പനിയുള്ളത് പോലെ അവൾക്ക് തോന്നി. നടുവ് നിവർത്താനായി അവൾ ഒന്ന് കിടന്നു.

ഭർത്താവിനെ കാത്തിരിക്കുമ്പോൾ പണ്ട് പ്രേമിച്ചു നടന്ന കാലം അവൾക്ക് ഓർമ്മ വന്നു. അന്നായിരുന്നു കാത്തിരിപ്പിന്റെ മുഷിപ്പും വേദനയും ആദ്യമായി അറിഞ്ഞത് .

ഒടുവിൽ രാത്രിയായി.

തീൻമേശയിൽ ഭക്ഷണം വിളമ്പാനുള്ള സമയമായി.

ഭർത്താവ് കഴിക്കാൻ വന്നിരുന്നു. അവളുടെ ശരീരത്തിലൂടെ വിയർപ്പ് പൊടിയുന്നതും, കൈകാലുകൾ വിറക്കുന്നതും അവളറിഞ്ഞു.

അദ്ദേഹം കുറച്ചു ചോറുയെടുത്തു പാത്രത്തിൽ വിളമ്പി. പിന്നെ ചെമ്മീൻ തീയലെടുത്തു ചോറിൽ ഒഴിച്ചു.

"എന്താണ്...പതിവില്ലാതെ?" എന്ന ഭാവത്തിൽ അയാൾ അവളെ നോക്കി. പിന്നെ കഴിച്ചു തുടങ്ങി.

ഓരോ ഉരുളയും അദ്ദേഹം കഴിച്ചിറക്കും തോറും അവളുടെ ഹൃദയമിടിപ്പ് വർദ്ധിച്ചു. ചെവികൾ അദ്ദേഹത്തിന്റെ ശകാരത്തിനായി കാത്തു നിന്നു. ഒന്നുമുണ്ടായില്ല. പതിവിൽ കൂടുതൽ ഭക്ഷണം അദ്ദേഹം കഴിക്കുന്നത് കണ്ടു അവൾ സന്തോഷിച്ചു.

പക്ഷെ ആ സന്തോഷം അധികനേരം നീണ്ടു നിന്നില്ല.ചെമ്മീൻ തീയലിൽ കുടുങ്ങിക്കിടന്ന അവളുടെ നീണ്ട മുടി അയാളുടെ തൊണ്ടയിൽ കുടുങ്ങി. ഓക്കാനിക്കും പോലെ ശബ്ദമുണ്ടാക്കി വിരൽ കൊണ്ട് ആ മുടി പുറത്തേക്ക് വലിച്ചെടുത്തു. തീന്മേശയിൽ തന്നെ എച്ചിൽച്ചോറും തുപ്പി, വാഷ് ബെയിസിനിലേക്ക് അദ്ദേഹം ഓടി. അവൾ കരഞ്ഞു കൊണ്ട് മുറിയിലേക്കും.

പൊട്ടിക്കരഞ്ഞു കൊണ്ട് അവൾ മുടിയെ ശപിച്ചു. ഭ്രാന്തിയായയത് പോലെ കത്രികയെടുത്തു നീണ്ടു കിടക്കുന്ന മുടിയെ തലങ്ങും വിലങ്ങും വെട്ടി.

പെട്ടെന്ന് അവളുടെ കൈത്തണ്ടയിൽ ഭർത്താവ് ബലമായി പിടിച്ചു. അദ്ദേഹം പറഞ്ഞു.

– "നിന്റെ മുടിയല്ലേ?എത്ര പ്രാവശ്യമാണ് ഈ മുടിയിൽ തഴുകി ഞാൻ പറഞ്ഞത്...നീ സുന്ദരിയാണെന്ന്ള ...പ്രാവശ്യം അത് തൊണ്ടയിൽ കുരുങ്ങിയെന്നല്ലേയുള്ളൂ ...സാരമില്ല ..."

അയാൾ ആശ്വസിപ്പിച്ചു.

അവളുടെ കരച്ചിൽ എന്നിട്ടും അടങ്ങിയില്ല.അതിനിടയിൽ അവൾ ചോദിച്ചു.

– "അപ്പോൾ ചെമ്മീൻ തീയൽ കൊള്ളാമല്ലേ?".

# # #

3

ഇര

"ഭംഗിയുണ്ടെന്ന് നീ കരുതുന്ന ആ മുഖം ഞാൻ വികൃതമാക്കും. നിന്റെ പേര് പറയാൻ പോലും ആളുകൾ മടിക്കും."

കുറച്ചു കാലം കൂടെ നടന്ന പ്രണയിനി പിരിഞ്ഞു പോകുന്നു എന്ന് അറിഞ്ഞപ്പോൾ അയാൾ പറഞ്ഞു.

"ഒന്ന് പോടാ..."

അവൾ അങ്ങനെ പറഞ്ഞെങ്കിലും, മനസ്സിൽ ഒരു ഭീതി അറിയാതെയുണർന്നു. പത്രത്താളുകളിലും, ടി. വി ചാനലുകളിലും ഇടവിട്ട് കാണുന്നതാണ്. പ്രണയനൈരാശ്യം കാരണം കാമുകൻ കാമുകിയുടെ മുഖത്തു ആസിഡ് ഒഴിച്ചു ... വെട്ടി പരുക്കേല്പിച്ചു ...എന്നൊക്കെ ...ഇനി ഇന്റർനെറ്റിലോ ഏതെങ്കിലും സോഷ്യൽ മീഡിയയിലോ ഫോട്ടോകൾ വല്ലതും ഇടുമോ ആവോ ? അവൾ സംശയിച്ചു.ആരും അറിയാതെ ഒരുപാട് ഇടങ്ങളിൽ ഒരുമിച്ച് പോയിട്ടുള്ളതാണ്. ആരും അറിയാതെ ഒരുപാട്.......അവൾ പെട്ടെന്ന് ആ ചിന്തയെ തടുത്തു നിർത്തി. ഓർമയിൽ നിന്ന് എല്ലാം മായിച്ചു കളയണം.

അവനാകട്ടെ ഒരു മുഖംമൂടി സംഘടിപ്പിച്ചു കാത്തിരുന്നു. പ്രതീക്ഷിച്ചത് പോലെ ഒരു ദിവസം അവൾ അവന്റെ മുന്നിൽ വന്നു പെട്ടു. അവൻ വന്യമായ ആവേശത്തോടെ അവളെ

ബലാത്സംഗം ചെയ്തു. എന്നിട്ട് നേരെ പോലീസ് സ്റ്റേഷനില്‍ പോയി.

അവന്‍ പറഞ്ഞു.

" ഞാന്‍ ഒരാളെ ബലാത്സംഗം ചെയ്തു."

എസ്.ഐ ചോദിച്ചു.

"നിന്റെ പേരെന്താണ്?"

അവന്‍ പേര് പറഞ്ഞു.

അവളും പരസഹായത്തോടെ പോലീസ് സ്റ്റേഷനില്‍ എത്തി.അവളുടെ സഹായി പറഞ്ഞു.

"ഇവളെ ഒരുവന്‍ പീഡിപ്പിച്ചു "

എസ്.ഐ "നിന്റെ പേരെന്താണ്?" എന്ന് ചോദിച്ചില്ല. പകരം ഒരു പുതിയ പേര് നല്‍കി.

"ഇര"

# # #

4

ലോകത്തിലെ ഏറ്റവും ചെറിയ കഥ "ഏയ്"

(ഏർനെസ്റ് ഹെമിങ്ങ് വേയുടെ ആറ് വാക്കുള്ള ചെറുകഥയെ മറികടന്നതിന്, ഭാഷയില്ലാത്ത കഥയുമായ ഈ കഥ ഏഷ്യ ബുക്ക് ഓഫ് റെക്കോർഡ്സിൽ ഇടം നേടി)

ഏയ്

മ് ...

....

മ് ...ഹും

# # #

5

പാലമരചുവട്ടിൽ

വർഷങ്ങളോളം കാത്തുകാത്തിരുന്ന ഉദ്യോഗക്കയറ്റം അയാളെ തേടിയെത്തിയത് വളരെ വളരെ വൈകിയാണ്. അയാളെക്കാളും യോഗ്യത കുറഞ്ഞവരും കള്ളസർട്ടിഫിക്കറ്റ് കൈവശമുള്ളവരും, പല തരത്തിലുള്ള സ്വാധീനം ഉപയോഗിച്ച് ഉദ്യോഗക്കയറ്റം നേടി പോകുമ്പോഴും സത്യസന്ധനായ അയാൾ കാലഹരണപ്പെട്ട ചില മൂല്യങ്ങളെ മുറുകെ പിടിച്ചു വെറും കാഴ്ചക്കാരനായിരുന്നു. അദ്ധ്യാപനം മഹത്തായ തപസ്യയാണെന്ന് കരുതിയ അയാൾക്ക്, പക്ഷെ , താൽകാലിക ഉദ്യോഗക്കയറ്റമാണ് ലഭിച്ചത്. അതും ആർക്കും വേണ്ടാത്ത - വകുപ്പിലെ സൈബീരിയ എന്നറിയപ്പെടുന്ന ഒരിടത്തു. കൂടാതെ അംഗീകാരം പുനഃപരിശോധിക്കുവാൻ നോട്ടീസ് ലഭിച്ച കോളജിൽ.

ഏതായാലും അയാൾ നിയോഗിക്കപ്പെട്ട കോളേജിലേക്ക് പ്രിൻസിപ്പലായി ചുമതലയെടുക്കാൻ ഒരു വെള്ളിയാഴ്ച തന്നെ ചെന്നു. ആധുനിക രീതിയിൽ പണി കഴിപ്പിച്ചിരിക്കുന്ന ഭംഗിയുള്ള കമാനം കടന്നു അകത്തു കടക്കുമ്പോൾ അയാളെ സ്വീകരിച്ചത് പൊട്ടിപൊളിഞ്ഞ ഒരു പഴഞ്ചൻ കെട്ടിടസമുച്ചയമായിരുന്നു. ക്ലാസ്സ്മുറിയിൽ ഇരിക്കാനുള്ള ഭയം കൊണ്ടാണോ എന്നറിയില്ല, വിദ്യാർത്ഥികളെല്ലാം ഓരോ

മരങ്ങളുടെ കീഴിലായിരുന്നു. പ്രിൻസിപ്പാളിന്റെ ഓഫീസ് മുറി എവിടെയെന്നു അന്വേഷിക്കാൻ, അയാളെ ശ്രദ്ധിക്കുന്ന ആരെങ്കിലും ഉണ്ടോയെന്ന് അയാൾ ചുറ്റും നോക്കി. ആരും അയാളെ ശ്രദ്ധിക്കുന്നില്ല.

ഇടനാഴികയോട് ചേർന്ന് നിൽക്കുന്ന ഒരു പാലമരം മാത്രം അയാളെ സ്നേഹപൂർവ്വം നോക്കി. ഒഴിഞ്ഞ ഇടനാഴികയുടെ അങ്ങേത്തലയ്ക്കൽ , നിറഞ്ഞ പകലിലും ഇരുട്ട് മൂടിക്കിടക്കുന്നു. ഇടനാഴികയിലേക്ക് ചാഞ്ഞു നിൽക്കുന്ന ഒരു ചില്ല അയാളെ കൈകാട്ടി വിളിച്ചു. പടികെട്ടു ഇറങ്ങി വന്ന ഒരാൺകുട്ടിയോട് അയാൾ പ്രിൻസിപ്പാളിന്റെ ഓഫീസ് എവിടെയെന്നു അന്വേഷിച്ചു. അവൻ അയാളെ നിർവികാരമായി ഒന്ന് നോക്കി. പിന്നെ പറഞ്ഞു.

"ഇവിടെ അങ്ങനെയൊരു ആളില്ല. മുറിയുമില്ല."

അവൻ വേറൊന്നും കേൾക്കാൻ നിൽക്കാതെ ഓടിപോയി. അയാൾ ഇളിഭ്യനായി.

-ഇടത്തോട്ട് തിരിയണോ , വലത്തോട്ട് നടക്കണോ?

അയാൾ ആലോചിച്ചു. എന്നും ഇടത് ചേർന്ന് നടന്നു ശീലിച്ച അയാൾക്ക് മറിച്ചൊരു തീരുമാനം എടുക്കാൻ കഴിഞ്ഞില്ല.

നടക്കാൻ തുടങ്ങും മുമ്പ്, അയാളുടെ മുന്നിൽ രണ്ടു പെൺകുട്ടികൾ കൂടി പ്രത്യക്ഷപെട്ടു. അയാൾ അവരോടും ആ ചോദ്യം ആവർത്തിച്ചു. അവരുടെ പ്രതികരണം മറ്റൊന്നായിരുന്നു. അദ്ഭുതപരതന്ത്രരായ അവർ വലുതുകൈ ചുണ്ടത്തു വെച്ചു. കണ്ണുകൾ കൂടുതൽ വികസിക്കുന്നതും , പരസ്പരം നോക്കുന്നതും ഓടിപോകുന്നതും അയാൾ കണ്ടു. അവർ മാഞ്ഞു പോകുമ്പോൾ അതിലെ ഒരു പെൺകുട്ടി ഒന്ന് തിരിഞ്ഞു നോക്കി. പട്ടുപാവാട ധരിച്ച അവൾ കോളേജിലെ വിദ്യാർത്ഥിനി അല്ലേ? അയാൾ സംശയിച്ചു. അത് ദൂരീകരിക്കും മുമ്പ് കൊലുസിന്റെ മണിനാദം ബാക്കി വെച്ച്

അവളും മറഞ്ഞു.

അയാൾ പതുക്കെ മുന്നോട് നടന്നു. അപ്പോൾ ഒരു മുറിക്കുള്ളിൽ നിന്നും പൊട്ടിച്ചിരികൾ ഇടനാഴികയിലേക്ക് തെറിച്ചു വീണു. അയാൾ ആ ശബ്ദം വന്നയിടത്തേയ്ക്കു ചെന്നു. അദ്ധ്യാപകരുടെ മുറിയായിരുന്നു അത്. അയാൾ താഴ്ന്ന സ്വരത്തിൽ പരിചയപ്പെടുത്തി.

"പ്രിൻസിപ്പലാണ്. ചുമതലയേൽക്കാൻ വന്നതാ"

എല്ലാവരും ആദരപൂർവം എഴുന്നേറ്റു. അയാൾക്ക് സമാധാനമായി. എല്ലാവരും പുതിയ പ്രിൻസിപ്പാളിനെ അദ്ഭുതത്തോടെ നോക്കി. അയാളെ പ്രിൻസിപ്പലിന്റെ മുറിയിലേക്ക് ആനയിക്കുമ്പോൾ ആരും ഫോട്ടോയെടുക്കാൻ ഇല്ലാഞ്ഞിട്ടും എല്ലാവരും തിക്കിത്തിരക്കി.

ഒരുപാട് വർഷങ്ങൾക്ക് ശേഷം പ്രിൻസിപ്പാളിന്റെ മുറിയിൽ വെളിച്ചം നിറഞ്ഞു. പുതിയ ഒരു കറങ്ങുന്ന കസേര പ്ലാസ്റ്റിക് കവർ പോലും മാറ്റാതെ സഹപ്രവർത്തകർ അയാൾക്ക് ആയി ഒരുക്കി വെച്ചിരുന്നു. അയാൾ അതിൽ പതുക്കെ ഇരുന്നു.

ആരോ ഓടിപോയി ഒരു പൂവ് കൊണ്ട് വന്നു അയാൾക്ക് നൽകി. എല്ലാവരും വരില്ലയെന്നു പ്രിൻസിപ്പാൾ വന്നതിന്റെ സന്തോഷത്തിലായിരുന്നു. അയാളാകട്ടെ, ഒരിക്കലും കിട്ടില്ലായെന്നു കരുതിയ ഉദ്യോഗക്കയറ്റത്തിന്റെ സന്തോഷത്തിലും .

ആ സന്തോഷത്തിലും, അയാളോർത്തു.

-പഴയ സ്ഥാപനം! അയാളുടെ പ്രിൻസിപ്പാൾ!

ഉദ്യോഗകയറ്റത്തിന്റെ കുറിപ്പ് വന്നപ്പോൾ, ആ സ്ഥാപനത്തിലെ പ്രിൻസിപ്പാൾ, കുട്ടികളോടും, സഹപ്രവർത്തകരോടും പറഞ്ഞു.

"ഒരു യാത്രയയപ്പും പാടില്ല."

സഹപ്രവർത്തകരിൽ ചിലർ ഒരു ബൊക്കെ വാങ്ങി കവറിലിട്ടു രഹസ്യമായി അയാളുടെ മുറിയിൽ വന്നു. ആരെങ്കിലും വരുന്നുണ്ടോ എന്ന് തിരഞ്ഞു നോക്കി നോക്കി. അവർ ആ ബൊക്കെ അയാൾക്ക് സമ്മാനിച്ചു.

അവർ പറഞ്ഞു.

"ക്ഷമിക്കണം....വേദനയുണ്ട്....ജാരന്മാരെ പോലെ വരാൻ... എന്നാലും സ്വീകരിക്കണം."

അയാൾ ഒന്നും പറഞ്ഞില്ല.

ആ സ്ഥാപനത്തിൽ നിന്ന് ഇറങ്ങും മുമ്പേ, പ്രിൻസിപ്പാൾ അയാളുടെ മുറിയിലേക്ക് വന്നു. കൂടെ അവരുടെ സന്തതസഹചാരിയുമുണ്ടായിരുന്നു. പോകുംമുമ്പ് ആശംസകൾ പറയാനാകും വന്നത് എന്നയാൾ കരുതി. പക്ഷെ അയാൾക്ക് തെറ്റി. അവർ അയാളുടെ മുഖത്ത് നോക്കിയില്ല. അവർ സന്തതസഹചാരിയുടെ മുഖത്തേക്ക് നോക്കി. സഹചാരി വർദ്ധിച്ച ആവേശത്തോടെ അയാളുടെ പേര് എഴുതിയ ബോർഡ് വലിച്ചു നീക്കി. അത് പൊട്ടി പോയി. പിന്നെ അയാളുടെ കസേരയെടുത്തു പുറത്തേക്കു ഇട്ടു. പുറത്തുവന്നു മറിഞ്ഞു വീണ ആ കസേരയിലേക്ക് അവർ കാൽ മടക്കി ചവിട്ടി. ആ കസേര രണ്ടു മൂന്ന് കരണം മറിഞ്ഞു അപ്പുറത്തു വീണു. അയാളിൽ നിന്ന് മുറിയുടെ താക്കോൽ വാങ്ങി അവർ തിരിഞ്ഞു നടന്നു.

അയാളുടെ വിദ്യാർത്ഥികൾ കരഞ്ഞുകൊണ്ട് അത് കണ്ടു നിന്നു. ഒന്ന് രണ്ടു സഹപ്രവർത്തകർ അയാളുടെ ചുറ്റും കൂടി. അവരിൽ ഒരാൾ ആശ്വസിപ്പിച്ചു. സമാധാനിപ്പിച്ചു.

"സാറിന്റെ കസേരയിൽ ഇരിക്കുമ്പോൾ സാറാകുമെന്ന തോന്നലാ അവർക്കു. സാറിന്റെ കൈയൊപ്പ് പതിഞ്ഞതൊക്കെ തകർത്തെറിയുമ്പോൾ സാറിനെ തകർത്തെറിഞ്ഞുയെന്ന സന്തോഷമാണ് അവർക്കു"

അയാൾ അതിനും ഒരു മറുപടി പറഞ്ഞില്ല.

കുട്ടികളോട് അയാള്‍ പറഞ്ഞു.

"ഒന്നും ആകാന്‍ ശ്രമിക്കരുത്. പക്ഷെ ഒന്നും ആകാതെയും ഇരിക്കരുത്. സ്വന്തം കൈയൊപ്പിടണം എവിടെയും. ഹൃദയം മനുഷ്യന്റേതായി തന്നെ സൂക്ഷിക്കണം. മരിക്കുവോളം. നന്മ വരും."

"സാറെന്താണ് ആലോചിക്കുന്നത് ?"

പുതിയ സഹപ്രവര്‍ത്തകരില്‍ ആരോ അയാളെ ചിന്തയില്‍ നിന്ന് ഉണര്‍ത്തി.

അയാള്‍ ചിരിച്ചു. മനസ്സില്‍ അയാള്‍ ഒന്ന് കൂടി പറഞ്ഞു.

- പ്രിന്‍സിപ്പല്‍ ഒരു അധികാരചിഹ്നമാണ്. അത് എനിക്ക് ഒരു അഹങ്കാരമാകരുത്. അധികാരം പ്രയോഗിക്കുന്ന ഒരാളാകരുത് ഞാന്‍. അധികാരം നല്‍ക്കുന്ന ശക്തി ഉപയോഗിച്ച് സഹപ്രവര്‍ത്തകര്‍ക്കും, വിദ്യാര്‍ത്ഥികള്‍ക്കും, സമൂഹത്തിനും സേവനം ചെയ്യുന്ന ഒരാളാകണം. തൊഴിലിടം സമ്മര്‍ദ്ദം തരുന്നയിടമാകരുത്. അത് ശാന്തിയും സമാധാനവും തരുന്ന ഇടമാകണം.

എന്തൊക്കെയായാലും അയാള്‍ക്കു നല്ല സന്തോഷമായി. ഒന്ന് രണ്ടു ദിവസം കൊണ്ട് തന്നെ അയാള്‍ക്ക് അവിടെത്തെ സഹപ്രവര്‍ത്തകരും വിദ്യാര്‍ത്ഥികളും പ്രിയപ്പെട്ടവരായി. ലോകത്തിലെ ഏറ്റവും നല്ല സ്ഥാപനമാക്കി മാറ്റണം ഇവിടമെന്നു അയാള്‍ തീരുമാനിച്ചു. എല്ലാവര്‍ക്കും അതറിഞ്ഞപ്പോള്‍ ഉത്സാഹമായി.

അവിടെ പുതിയ കെട്ടിടങ്ങള്‍ നിര്‍മ്മിച്ച് സൗകര്യങ്ങള്‍ കൂട്ടാനും, നവീകരിക്കാനും ചര്‍ച്ചകള്‍ ആരംഭിച്ചു. അടച്ചിട്ട മുറിയില്ലായിരുന്നില്ല ചര്‍ച്ച. നടന്നും, നിന്നും ആകാശത്തെ മേല്‍ക്കൂരയാക്കി ചര്‍ച്ച.

അപ്പോഴാണ് ഒരു ചെറുപ്പക്കാരനായ സഹപ്രവര്‍ത്തകന്‍ ഒരു നിര്‍ദേശം വെച്ചത്.

"നമ്മുടെ ഈ പഴയ കെട്ടിടത്തോട് ചേർന്ന് നിൽക്കുന്ന പാലമരം മുറിച്ചു മാറ്റണം. കെട്ടിടത്തിന് ഇത് ദോഷമാണ്."

അത് കേട്ടതും പ്രായം ചെന്ന ഒരു അദ്ധ്യാപിക പൊട്ടിത്തെറിച്ചു.

"ചെയ്യരുത്. അത് മുറിക്കാൻ ശ്രമിച്ചപ്പോളൊക്കെ ഇവിടെ അപകടങ്ങൾ ഉണ്ടായിട്ടുണ്ട്. ആ മരത്തിനെ മുറിക്കാൻ നിർദേശിച്ചവരും, മുറിക്കാൻ തുടങ്ങിയവരും ഇന്ന് ജീവിച്ചിരിപ്പില്ല."

അവർ അത് പറയുമ്പോൾ വിറയ്ക്കുകയായിരുന്നു.

അയാൾ പറഞ്ഞു.

"വേണ്ട. നമ്മുക്കു ധൃതി പിടിച്ചു ഒന്നും ചെയ്യണ്ട."

എല്ലാവരും എന്ത് പറയണമെന്നറിയാതെ മിണ്ടാതിരുന്നു.

അയാൾ മറ്റു വിഷയങ്ങളിലേക്ക് കടന്നു.

അന്ന് തൊട്ടായിരുന്നു അയാൾ ആ പാലമരത്തിനു കൂടുതൽ പരിഗണന കൊടുത്തു തുടങ്ങിയത്. അങ്ങനെയാണ്അയാൾ ആ പഴയകഥ അറിഞ്ഞത് . അവിടം പണ്ടൊരു ഇല്ലമായിരുന്നു. ഏതോ കാരണത്താൽ ഒരു ചെറുപ്പക്കാരന്റെ ശിരസ്സു ആ ഇല്ലത്തിന്റെ തിരുമുറ്റത്ത് വെച്ച് ഛേദിക്കപ്പെട്ടു. അയാളുടെ കാമുകി അന്ന് രാത്രി അയാളുടെ ചോര വീണ സ്ഥലത്തിലെ മണ്ണിൽ തല തല്ലി സ്വയം ചിതറി മരിച്ചുവത്രെ.

അവരുടെ ആത്മാക്കൾ ആ പാലമരത്തിൽ കുടിയിരിക്കുന്നുണ്ടെന്നു ചിലരെങ്കിലും വിശ്വസിക്കുന്നു.

ഇല്ലം തകർന്നുവെന്നു മാത്രമല്ല പിന്നീട് ആ ഭൂമി സ്വന്തമാക്കിയവർക്കെല്ലാം അത് ഉപേക്ഷിച്ചു പോകേണ്ടി വന്നു. ആരുടെയും കയ്യിൽ വാഴാതെ വന്നപ്പോഴാണ് ആ ഇല്ലത്തിന്റെ പിൻ തലമുറക്കാരൻ സർക്കാരിന് ദാനമായി ഇവിടം നൽകിയിട്ട് നാട് വിട്ടത്. സർക്കാർ കോളേജ് തുടങ്ങിയെങ്കിലും അവിടെ നാഥന്മാർ വാഴാതെ വന്നു.

അയാൾക്ക് അതോടെ ആ പാലമരത്തോടും ആ ആത്മാക്കളോടും അടുത്തിടപെടാനും ആഗ്രഹം തോന്നി. ജീവിച്ചിരിക്കുന്ന പലരുടെയും അത്ര അപകടകാരിയാകില്ല ഈ ആത്മാക്കൾ എന്ന് അയാൾക്ക് ഉറപ്പായിരുന്നു.

പാലമരത്തിനെ കുറിച്ചും യക്ഷിയെ കുറിച്ചും അയാൾ ഒരുപാട് കേട്ടിട്ടുണ്ട്. സാധാരണ യക്ഷികൾക്ക് താൽപര്യം മേൽജാതികാരനായ പുരുഷന്മാരെയാണ്. വർഷത്തിൽ രണ്ടു പ്രാവശ്യം രാത്രി മാത്രം പൂക്കുന്ന പാലമരങ്ങളിൽ നിന്നും വെള്ളവസ്ത്രധാരിയായ സുന്ദരി ഇറങ്ങിവന്നു യുവാവിന്റെ സഹായം തേടുന്നു. വീട്ടിൽ കൊണ്ട് വിടണമെന്ന ആവശ്യം യുവാവ് അനുസരിക്കുന്നു. വീട് എത്തുമ്പോൾ യക്ഷി അയാൾക്ക് വെറ്റില നൽകുന്നു. പ്രണയപൂർവം അവൾ ചുണ്ണാമ്പ് ചോദിക്കുന്നു. അത് നൽകി ഒരുമിച്ചു മുറുക്കി ആ വീട്ടിനകത്തു കയറുന്ന പുരുഷൻ ഞെട്ടിപ്പോകും വിധം അവൾക്ക് രൂപപരിണാമം വരുന്നു .ചുമന്ന കണ്ണുകളോടെ, നീണ്ട ദ്രംഷ്ടങ്ങളോടെ അവൾ അയാളുടെ രക്തം ഊറ്റി കുടിക്കുന്നു. ഇപ്പോൾ ജാതിയുടെയും തീണ്ടലിന്റെയും കാലം കഴിഞ്ഞത് കൊണ്ട് പാലമരത്തിൽ ഇരിക്കുന്ന യക്ഷികൾക്ക് നോട്ടം അവരെക്കാളും കഴിവുള്ളവരെയാണെന്നു അയാൾക്ക് തോന്നി. സൗന്ദര്യം കാഴ്ചയിൽ മാത്രമല്ലായെന്നും കഴിവിലും കൂടിയാണെന്നു അയാളോർത്തു.

പക്ഷെ ഈ രീതിയിൽ കോളേജിലെ പാലമരത്തിലെ യക്ഷിയും യക്ഷനും പെരുമാറില്ലയെന്നു അയാൾക്ക് തോന്നി.

യക്ഷി മാത്രമെങ്കിൽ പുരുഷന്മാരുടെ രക്തമൂറ്റി കുടിച്ചേനെ. പ്രണയനൈരാശ്യം കൊണ്ട് ആത്മഹത്യ ചെയ്തവരോ, പ്രണയത്തിന്റെ പേരിൽ കൊല്ലപ്പെട്ടവരൊയാണ് സാധാരണ ഈ യക്ഷികൾ. അവർക്ക് സുന്ദരന്മാരായ പുരുഷന്മാരെ കണ്ടാൽ സഹിക്കില്ല. പിന്നെ ഏത് കുൽസിതമാർഗം ഉപയോഗിച്ച് അവരെ നശിപ്പിക്കാൻ

നോക്കും. പാലമരത്തിന്റെ മുകളിൽ അത്യുന്നതങ്ങളിൽ ഇരുന്നാലും അവർക്ക് നോട്ടം താഴെ ഇത്തരം പുരുഷന്മാരുടെ ഇരിപ്പിടമാണ്. അവർക്കു കിട്ടുന്ന കൈയടികൾ ഈ യക്ഷികളുടെ ചെകിടിലാണ് പതിയുക.

അയാൾ മനസ്സിലുറപ്പിച്ചു.ഈ യക്ഷനും യക്ഷിയും ഇങ്ങനെയല്ല. അവർ സന്തോഷത്തോടെയാകണം കഴിയുന്നത്. ജീവിച്ചിരുന്നപ്പോൾ ഒന്നിക്കാൻ കഴിയാത്ത അവർ ഇപ്പോൾ വർഷങ്ങളോളം ഒന്നിച്ചു കഴിയുകയല്ലേ?

വീട്ടിലെ അസ്വസ്ഥതയുടെ ഭാണ്ഡക്കെട്ടല്ലേ പലരും തൊഴിലിടങ്ങളിൽ വലിച്ചെറിയുന്നത്. റോഡിൽ മാലിന്യം വലിച്ചെറിഞ്ഞാൽ ഉണ്ടാക്കുന്ന ഓക്കാനിക്കൽ ഇത്തരം ആൾക്കാരുടെ പ്രവർത്തിയിൽ ചുറ്റുമുള്ളവർക്ക് ഉണ്ടാകും . അയാളുടെ മനസ്സിൽ പഴയ സ്ഥാപനത്തിലെ പ്രിൻസിപ്പലിനെ ഓർമ്മ വന്നു.

ഈ യക്ഷനും യക്ഷിയും ഇങ്ങനെ ആകാൻ തരമില്ല. അയാൾക്ക് അവരോട് സംസാരിക്കണമെന്ന് തോന്നി. അങ്ങനെയാണ് ഒരു ശനിയാഴ്ച ആരുമില്ലാതിരുന്ന വൈകുന്നേരം പതുക്കെ പാലമരത്തിന്റെ അടുത്ത് ചെന്നത്. പാലമരത്തിന്റെ മുകളിലത്തെ ശിഖരത്തിലേക്ക് അയാൾ തലയുയർത്തി നോക്കി.

രാത്രി വിരിയേണ്ട പൂക്കൾ ഈ പാലമരം അയാൾക്കായി ഒളിച്ചു വെച്ചിരുന്നത് പോലെ...പൂക്കളുടെ വർഷം അയാളുടെ മേലേക്ക് ചൊരിഞ്ഞു കൊണ്ട് പാലമരം മന്ദഹസിച്ചു. യക്ഷനും യക്ഷിയും...അയാൾക്ക് സന്തോഷമായി.

അടുത്ത ദിവസം പാലമരം മുറിക്കണം എന്നാവശ്യപെട്ട ചെറുപ്പക്കാരനായ സഹപ്രവർത്തകൻ ചോദിച്ചു

"സർ, ഒന്നും പറഞ്ഞില്ല."

"എന്ത്?"

"പാല മരം മുറിച്ചു കെട്ടിടം രക്ഷിക്കുന്നതിനെ കുറിച്ച്."

അയാൾ പറഞ്ഞു.

"അത് മുറിക്കേണ്ട കാര്യമില്ല. കെട്ടിടത്തിന്റെ അകത്തേക്കു നിൽക്കുന്ന അതിലെ ശിഖരങ്ങൾ മാത്രം ഒന്ന് വെട്ടിക്കളഞ്ഞാൽ മതി "

അത് കേട്ട് പ്രായം ചെന്ന അദ്ധ്യാപിക തലയിൽ കൈ വെച്ചു

"വേണ്ടായിരുന്നു....ഇനി   എന്തൊക്കെ അനിഷ്ടങ്ങളാകുമോ വരിക."

"ഒന്നും വരില്ല"

അയാൾ സമാധാനിപ്പിച്ചു .

പാലമരവും, യക്ഷിയും യക്ഷനും അതിനു ശേഷം വരാൻ പോകുന്ന മരണവും ഒക്കെയായിരുന്നു എല്ലാവരുടെയും അടക്കിപിടിച്ചുള്ള ചർച്ച .

പക്ഷെ   അയാൾക്ക്   മാത്രം   ഒരു   കുലുക്കവും ഉണ്ടായിരുന്നില്ല.

എല്ലാവരോടും അയാൾ പറഞ്ഞു.

"ഞായറാഴ്ചയാകും പാലയുടെ ശിഖരങ്ങൾ മുറിക്കുക. അന്ന് ആരും വരണ്ട. ഞാനും പണിക്കാരനും മതി."

അതെന്താ   അങ്ങനെയെന്നു   ചോദിച്ചവരോട്   അയാൾ പറഞ്ഞു.

"ഒരു അപകടവും വരരുത് എന്നെനിക്ക് നിർബന്ധമുണ്ട്."

എന്നാലും ആ ദിവസം എല്ലാവരും വന്നു.

അയാൾ പതുക്കെ പാലമരത്തിൽ അടുക്കൽ ചെന്നു .

പതുക്കെ തലോടി കൊണ്ട് പറഞ്ഞു.

"ചെറുതായി വേദനിക്കും. മറ്റുള്ളവർക്ക് നന്മ ചെയ്യുമ്പോൾ വേദനയാണല്ലോ തിരിച്ചുകിട്ടുക. അറിയാമായിരിക്കുമല്ലോ.?"

പാലമരം തലകുലുക്കി.

അയാൾ പണിക്കാരനോട് മുറിച്ചു തുടങ്ങിക്കൊള്ളാൻ പറഞ്ഞു. ഭയന്ന് ഭയന്ന് ആണെങ്കിലും അയാൾ ഓരോ

കൊമ്പായി മുറിച്ചു. കൊമ്പുകൾ മുറിച്ചു പണിക്കാരൻ താഴെ ഇറങ്ങും വരെ ഒന്നും സംഭവിച്ചില്ല.എല്ലാവരും ദീർഘശ്വസത്തോടെ ഒന്ന് ആശ്വസിക്കാൻ തുടങ്ങിയപ്പോഴാണ് അത് സംഭവിച്ചത്.

അവിടെ തത്തി നിന്ന ഇളംകാറ്റിനു ശക്തി കൂടി. പാലമരം വല്ലാതെ ഉലഞ്ഞു. അതിൽ നിന്ന് പാലപൂക്കൾ ആ സ്ഥാപനത്തിന്റെ മുറ്റത്തു പറന്നു പറന്നു വീണു.. ഒരു പരവതാനി വിരിക്കപ്പെട്ടത് പോലെ കിടന്നു. തരിശു പോലെ കിടന്ന അങ്കണം മാഞ്ഞൂ പോയി. അനിവാര്യമായ മാറ്റത്തിനു വേണ്ടത് ഭയമില്ലായ്മയാണെന്ന് ചിലർക്ക് തോന്നി.അതല്ല എന്ത് വന്നാലും കാത്തോളം എന്ന് പറയുന്ന ഒരാൾ കൂടെയുള്ളതാണെന്നു മറ്റ് ചിലർക്ക് തോന്നി.

കോളേജിന്റെ അംഗീകാരം പുനഃപരിശോധിക്കാൻ ഉന്നതാധികാരസമിതി വന്നത് ആ സമയത്തു ആയിരുന്നു.

പൂക്കളുടെ വിന്യാസത്തിലും സുഗന്ധവ്യാപനത്തിലും മാറ്റത്തിന്റെ തുടക്കത്തിലും അവർ മതി മറന്നു പോയി......

6

ഞാനും, എന്റെ ആളും, പിന്നെ ഒന്നര ലക്ഷവും

"ഗുരുർ ബ്രഹ്മ ഗുരുർ വിഷ്ണു ഗുരുർദേവോ മഹേശ്വര:
ഗുരുസാക്ഷാത് പരം ബ്രഹ്മ തസ്മൈ ശ്രീ ഗുരുവേ നമഃ."
എന്നല്ലേ ഗുരുവിനെ കുറിച്ച് നമ്മുടെ വിശുദ്ധഗ്രന്ഥങ്ങൾ പറയുന്നത്. ആ ഗുരുവിനെയാണ്, ഒരു പെൺകുട്ടി കൂടിയായ പ്രതി ചെകിടിൽ അടിച്ചിരിക്കുന്നത്. പ്രഹരമേറ്റു വാങ്ങിയത് നമ്മുടെ സംസ്കൃതിയും ഗുരുസങ്കല്പവും കൂടിയാണ്. നിലവിലുള്ള നിയമപ്രകാരവും അല്ലാതെയും ശോഭിത പൊറുക്കാനാവാത്ത തെറ്റാണു ചെയ്തിരിക്കുന്നത്. പ്രതിക്ക് എന്തെകിലും പറയാനുണ്ടോ?

ന്യായാധിപൻ വാദിഭാഗം സമർപ്പിച്ച രേഖകൾ പരിശോധിച്ചതിനു ശേഷം ചോദിച്ചു. പ്രതിക്കൂട്ടിൽ നിൽക്കുന്ന ശോഭിതയുടെ കണ്ണുകളിൽ കുറ്റബോധത്തിന്റെ ലാഞ്ചനപോലുമില്ലായെന്നത് ന്യായാധിപനെ അദ്ഭുതപ്പെടുത്തി. വക്കീലന്മാരുടെ ആവശ്യമില്ലായെന്നും സ്വന്തമായി വാദിച്ചോളാമെന്നു പറയുമ്പോൾ തന്നെ അവൾ ഒരു അഹങ്കാരിയെന്ന നിഗമനത്തിൽ അദ്ദേഹം എത്തിച്ചേർന്നുയെന്നതാണ് സത്യം.

ന്യായാധിപൻ വാദിഭാഗത്ത് നിൽക്കുന്ന പ്രൊഫസ്സർ ചന്ദ്രികഗൗതമിനെ നോക്കി. അമ്പത് വയസ്സ് പ്രായമെന്നാണ് രേഖകളിൽ. പക്ഷെ ഇപ്പോഴും സുന്ദരിയും കുലീനയും തന്നെ. ആർക്കാണ് ഇവരുടെ ചെകിട് നോക്കി തല്ലാൻ തോന്നുക. കഷ്ടം ...കഷ്ടം...

അപ്പോൾ ശോഭിത സംസാരിച്ചു തുടങ്ങി.

"ബഹുമാനപെട്ട നീതിപീഠമേ ...

ആദ്യമായാണ് നീതിനിർവഹണത്തിന്റെ പരിപാവനമായ ഈ ക്ഷേത്രത്തിൽ ഞാൻ വരുന്നത്. കുറ്റവാളിയായി പ്രഖാപിക്കും മുമ്പ് തന്നെ അഴികൾക്ക് സമാനമായ ഈ പ്രതികൂട്ടിൽ കയറി നിൽകുമ്പോൾ, പൊതുസമൂഹത്തിൽ നടക്കുന്ന അതെ തെറ്റ് തന്നെ ഈ കോടതിക്കുള്ളിലും മറ്റൊരു രീതിയിൽ നടക്കുകയല്ലേ എന്ന് ഞാൻ വിഷമത്തോടെ സംശയിക്കുകയാണ്.

എന്റെ കാര്യം തന്നെ എടുക്കൂ ... ഞാൻ ഒരു കുറ്റവാളിയാണോ എന്ന് പോലും അന്വേഷിക്കാതെ എനിക്ക് എതിരെ ഏതൊക്കെ രീതിയിലുള്ള വാർത്തകളാണ് പത്രത്തിലും, ദൃശ്യമാധ്യമങ്ങളിലും, സമൂഹമാധ്യമങ്ങളിലും വന്നത്? എത്ര ദിവസമാണ് ദൃശ്യമാധ്യമങ്ങൾ ഈ വിഷയം ചർച്ച ചെയ്തത്? എന്നെ വേശ്യയാക്കി, എന്നെ തീവ്രവാദിയാക്കി, എന്നെ മാനസികരോഗിയാക്കി....അങ്ങനെയെന്തെല്ലാം ...പക്ഷെ ആരും ഞാൻ തെറ്റുകാരിയാണോ എന്ന് അന്വേഷിച്ചില്ല. ഇപ്പോൾ ഈ കോടതിയിൽ എത്തുമ്പോൾ അഴികൾക്കിപ്പുറം നിറുത്തി കോടതിയും എന്നെ വിചാരണ ചെയ്യും മുമ്പ് കുറ്റവാളിയാക്കുന്നു"

ന്യായാധിപൻ തെല്ലൊന്നു അമ്പരന്നു. കുട്ടി പറഞ്ഞത് ശരിയല്ലേ? പത്രവും ദൃശ്യമാധ്യമങ്ങളും തന്റെ മനസ്സിൽ കുട്ടി അദ്ധ്യാപികയെ തല്ലുന്ന രംഗം പ്രതിഷ്ഠിച്ചു

തന്നിരിക്കുകയാണല്ലോ? അവൾ തല്ലിയെന്ന ഉറച്ച വിശ്വാസത്തോടെയാണ് താൻ ഇവിടെയിരിക്കുന്നത് വിഷമത്തോടെ അദ്ദേഹം ഇടയ്ക്ക് കയറി ചോദിച്ചു.

"ഇത് ഒരു കെട്ടുകഥയെന്നാണോ കുട്ടി പറയുന്നത്?"

പെൺകുട്ടി വീണ്ടും തുടർന്നു.

"അല്ല ...ഞാൻ തല്ലിയെന്നത് ശരി തന്നെയാണ്. താങ്കൾ സൂചിപ്പിക്കുന്നത് പോലെ ഗുരുവിനെയല്ല തല്ലിയെന്നത് എന്ന് മാത്രം. എന്റെ കൂട്ടുകാരികൾ എന്നെ പിടിച്ചുമാറ്റിയില്ലായിരുന്നുയെങ്കിൽ ഞാൻ ഒന്ന് കൂടി കൊടുത്തേനെ"

ഒട്ടും കുറ്റബോധമില്ലാത്ത ആ ഉറച്ച പ്രഖ്യാപനത്തിൽ കോടതി അസ്വസ്ഥമായി. പെൺകുട്ടി വീണ്ടും ന്യായാധിപന്റെ നേർക്ക് തിരിഞ്ഞു.

"ഒരു പെൺകുട്ടി കൂടിയായ ഞാനിത് ചെയ്തത് ശരിയായില്ല എന്ന് നീതിപീഠം പറഞ്ഞു. പെൺകുട്ടികൾക്ക് ഈ ബോധം കൂടുതൽ ആയത് കൊണ്ടാണ് അവർ പലപ്പോഴും പ്രതികരിക്കാതിരിക്കുന്നതും, അവൾ പലപ്പോഴും ഇരയായി മാറുന്നതും. പെൺകുട്ടികൾക്ക് ഈ ബോധം കുത്തിവെക്കാൻ ശ്രമിക്കുന്നവരാണ് യഥാർത്ഥ വേട്ടക്കാർ. നീതിപീഠം അതിൽ പങ്കാളിയാകരുത്."

കോടതി വീണ്ടും അസ്വസ്ഥമായി.അത് വകവെക്കാതെ ശോഭിത തുടർന്നു. "അന്ന് നടന്നയെന്താണെന്നു പറയാം. വാർഷികപരീക്ഷയായിരുന്നു അന്ന്. ഹാളിൽ പ്രൊഫസർ ചന്ദ്രിക ടീച്ചറും. ഏത് പരീക്ഷയിലും നടക്കാറുള്ളതിൽ കൂടുതൽ ഒന്നും അന്ന് ഞങ്ങളുടെ ഭാഗത്ത് നിന്ന് ഉണ്ടായില്ല. ചോദ്യപേപ്പറുകൾ കണ്ടപ്പോൾ ആകെ അന്ധാളിച്ചു പോയി. പഠിപ്പിച്ചതൊന്നുമില്ല. മുൻബെഞ്ചിലിരുന്ന ഞാൻ അറിയാതെ തിരിഞ്ഞു നോക്കി. പലരും അങ്ങോട്ടും ഇങ്ങോട്ടും ആംഗ്യത്തിലൂടെയും അല്ലാതെയും പെട്ടെന്നുണ്ടായ

അന്ധാളിപ്പുകൾ കൈമാറുന്നതാണ് ഞാൻ കണ്ടത്.

ഞാൻ തിരിഞ്ഞു നോക്കുക മാത്രമേ ചെയ്തുള്ളു. പക്ഷെ ചന്ദ്രിക ടീച്ചർ ശാസിച്ചത് എന്നെ മാത്രമാണ്. അവിടെ ഉണ്ടായിരുന്നതിൽ നിറം കുറവായത് എനിക്ക് മാത്രമാണ്. പല വീടുകളിലും, അടുക്കളയിലും ജോലികൾ ചെയ്യുന്നത് കൊണ്ട് എന്റെ കൈ പരുപരുത്തതും, ഭംഗിയില്ലാത്തതുമാണ്. രണ്ടു കുപ്പിവളകളും, നൂൽമാലയും, പാതയോരത്ത് നിന്ന് വാങ്ങിയ കമ്മലുകളുമാണ് എന്റെ ആഭരണങ്ങൾ. യൂണിഫോം നരച്ചതുമാണ്.

ശാസിച്ചു തുടങ്ങിയപ്പോൾ തന്നെ ഞാൻ തിരിഞ്ഞിരുന്നു. എന്റെ കണ്ണുകൾ നിറഞ്ഞുപോയത് കൊണ്ട് എനിക്കൊന്നും എഴുതാൻ കഴിഞ്ഞില്ല. പെട്ടെന്ന് എന്റെ തലയിൽ ടീച്ചർ ഒരു തട്ട് തട്ടി. കൈ തൊടാതിരിക്കാൻ അവർ കയ്യിലുണ്ടായിരുന്ന പെൻസിൽ കൊണ്ടായിരുന്നു തട്ടിയത്. നല്ല വേദന തോന്നി. പക്ഷെ ആ വേദന പെട്ടെന്ന് മാഞ്ഞു പോയി. അതിനേക്കാൾ വേദന തോന്നിക്കുന്ന കാര്യങ്ങളാണ് ടീച്ചർ പിന്നെ പറഞ്ഞത്.

പുരുഷന്മാർ മുഖം വൃത്തിയാക്കുന്ന പ്രക്രിയയ്ക്ക് ഒരു നാടൻ ചൊല്ലുണ്ട്. അത് ചെയ്യാനല്ല അവർ അവിടെ നില്കുന്നത് എന്ന് പറഞ്ഞു. ഞാൻ ഒളിഞ്ഞു നോട്ടക്കാരിയാണെന്ന് ആക്ഷേപിച്ചു. ഞാൻ അടുക്കളജോലിക്ക് പോകുന്ന വീടുകളിൽ എന്തൊക്കെ ഒളിഞ്ഞുനോക്കിയിട്ടുണ്ടെന്നും ചോദിച്ചു. എനിക്ക് സഹിക്കാൻ കഴിഞ്ഞില്ല.

ഞാനൊന്നും നോക്കിയില്ലായെന്നു കണ്ണീരോടെ പറഞ്ഞു. കണ്ണീരിൽ കുടുങ്ങിയ എന്റെ ശബ്ദം അൽപ്പമുയർന്നു പോയി. ടീച്ചർക്ക് ദേഷ്യം ഇരട്ടിച്ചു. അവർ എന്നെ എഴുന്നേൽപ്പിച്ചു നിർത്തി. എല്ലാവരുടെയും മുന്നിൽ വെച്ച് ദേഹപരിശോധന നടത്തി. കോപ്പിയടിക്കാൻ ശ്രമിച്ചുവെന്ന് പറഞ്ഞു എന്റെ ഹാൾടിക്കറ്റ് പിടിച്ചെടുത്തു. ഞാൻ പരീക്ഷ

എഴുതാതെ കരഞ്ഞു കൊണ്ട് ഹാള്‍ വിട്ടിറങ്ങി.

കോളേജിലെ പോര്‍ട്ടിക്കോയില്‍ കുറെ നേരം എന്ത് ചെയ്യണമെന്നറിയാതെ ഞാന്‍ തനിച്ചിരുന്നു. ഹാള്‍ ടിക്കറ്റ് തിരിച്ചു വാങ്ങിയാലേ അടുത്ത പരീക്ഷ എഴുതാന്‍ കഴിയൂ.

എന്റെ അടുത്ത കൂട്ടുകാരികള്‍ ഓരോത്തരായി വന്നത് ഞാനറിഞ്ഞു. പരീക്ഷാസമയം കഴിഞ്ഞപ്പോള്‍ ഞങ്ങള്‍ നാലുപേര്‍ മാത്രമായി ആ കൂട്ടം മാറി. ടീച്ചര്‍ ഉത്തരക്കടലാസുകള്‍ പ്രിന്‍സിപ്പലിനെ ഏല്‍പ്പിച്ചു പടിയിറങ്ങി വന്നു.

ഞാനെഴുന്നേറ്റ് ടീച്ചറുടെ അടുത്തു പോയി. താഴ്മയോടെ.ഞാനപേക്ഷിച്ചു.

"ഹാള്‍ ടിക്കറ്റ് തിരിച്ചു തരണം ...ടീച്ചര്‍"

അവര്‍ കൂട്ടാക്കിയില്ല

"നീയൊക്കെ പഠിച്ചിട്ടൊന്നും ഒരു കാര്യവുമില്ല"

എന്നവര്‍ പറഞ്ഞു.

അന്നേരം അവരുടെ മനസ്സില്‍ സഹാനുഭൂതിയുണ്ടാകട്ടെയെന്നു കരുതി ഞാന്‍ പറഞ്ഞു.

"ടീച്ചറുടെ മകളാണെങ്കില്‍ ഇങ്ങനെ ചെയ്യുമോ?"

അത് കേട്ടതും ടീച്ചര്‍ പൊട്ടിത്തെറിച്ചു.

"എന്റെ മക്കളെയും നിന്നെയും കൂട്ടികെട്ടാന്‍ നോക്കുന്നോ? ഞാനും എന്റെ ഭര്‍ത്താവും കൂടി ഒന്നര ലക്ഷമാണ് ശമ്പളം വാങ്ങുന്നത്. അതിന്റെ പകുതിയെങ്കിലും ഉണ്ടാക്കണമെങ്കില്‍ നീയും, നിന്റെ അമ്മയും കൂടി കുറെ പാടുപെടേണ്ടി വരും.ആദ്യം അതിനു പറ്റിയ കോലത്തിലാകാന്‍ നോക്ക്"

അവര്‍ അത് പറഞ്ഞു നിര്‍ത്തിയതും ഞാനറിയാതെ അവരുടെ കവിളില്‍ അടിച്ചു. കൂട്ടുകാരികള്‍ പിടിച്ചു മാറ്റിയില്ലായിരുന്നുയെങ്കില്‍ ഞാന്‍ ഒന്ന് കൂടി കൊടുത്തേനെ..."

സ്തബ്ദരായി ഇരുന്നു പോയ നീതിപീഠത്തോട് അവൾ ഒന്ന് കൂടി പറഞ്ഞു.

"അന്ന് ഞാനത് കൊടുത്തില്ലായിരുന്നുയെങ്കിൽ ഇത് പറയാൻ ഞാനിവിടെ ഉണ്ടാകുമായിരുന്നില്ല. വീടിനു മുന്നിലെ പുരയിടത്തിലെ ചാഞ്ഞുകിടക്കുന്ന പറങ്കിമാവിന്റെ കൊമ്പാകുമായിരുന്നു എന്റെ അഭയം."

കോടതിയിലാകെ നിശബ്ദത പടർന്നു. വക്കിലന്മാർ ഒന്നും ചോദിക്കുന്നില്ല. ന്യായാധിപൻ തന്നെ ആ നിശബ്ദതയുടെ മുനയൊടിച്ചു. അദ്ദേഹം പ്രൊഫസർ ചന്ദ്രികയോട് ചോദിച്ചു.

"നിങ്ങൾക്ക് എത്ര ശബളമുണ്ട്?"

"അമ്പതിനായിരം."

"ഭർത്താവിനോ"

"തൊണ്ണൂറായിരം"

"അപ്പോഴും ഒന്നര ലക്ഷം ആകുന്നില്ലല്ലോ? നിങ്ങൾ കണക്കിൽ മോശമാണ്. അല്ലെ?"

ന്യായാധിപൻ പൊട്ടിച്ചിരിച്ചു. ഒരു നിമിഷം അന്ധാളിച്ചു നിന്ന കോടതിയും ആ പൊട്ടിചിരിയിൽ പങ്കാളിയായി. പ്രൊഫസർ ചന്ദ്രികയും ഇളിഭ്യയായി ചിരിച്ചു. ചിരിക്കാതെ നിന്നത് ശോഭിത മാത്രം.

പ്രൊഫസർ ചന്ദ്രിക എങ്ങനെയോ പറഞ്ഞൊപ്പിച്ചു.

"പെട്ടെന്നായത് കൊണ്ട് ഒരു റൗണ്ട് ഫിഗർ പറഞ്ഞുവെന്നേയുള്ളു."

ന്യായാധിപൻ ഗൗരവക്കാരനായി. വിധി പ്രഖ്യാപിക്കാൻ അദ്ദേഹം തയാറെടുത്തു. എല്ലാവരും കാതോർത്തു.

" ഗാരവമുള്ളതും അപൂർവങ്ങളിൽ അപൂർവവുമായ കേസാണിത്. വേട്ടക്കാരിയായി ചിത്രീകരിക്കപ്പെട്ടവൾ ഇരയാകുകയും, ഇരയായി അവതരിച്ച ആൾ വേട്ടക്കാരിയാകുകയും ചെയ്യുന്ന ഒരു അത്യപൂർവ്വസാഹചര്യം നീതിപീഠത്തിന് കണ്ടില്ല എന്ന് നടിക്കാൻ കഴിയില്ല.

കോടതിമുറികളില്‍ രൂപംകൊള്ളുന്ന വിധിന്യായങ്ങള്‍ പൊതുസമൂഹത്തിനു പാഠമാകേണ്ടതാണ്.

ആയതിനാല്‍ യഥാര്‍ത്ഥ ഇരയായ ശോഭിത യഥാര്‍ത്ഥ വേട്ടക്കാരിയായ ചന്ദ്രികയുടെ ചെകിടില്‍ അവള്‍ ബാക്കി വെച്ച അടി കൂടി നല്‍കാന്‍ ഈ കോടതി ഉത്തരവിടുന്നു....."

വിധിന്യായം പിന്നെയും തുടര്‍ന്നു .....

# # #

7

വിവരാവകാശം

- ഹെഡ് ഓഫീസിൽ നിന്ന് അന്താരാഷ്ട്ര സെമിനാറിൽ ഞാൻ പങ്കെടുക്കണം എന്ന് നിർദേശിച്ചു കൊണ്ടുള്ള കത്ത് എനിക്ക് എന്റെ നേർ മേലധികാരിയായ താങ്കൾ നൽകിയത് എന്നാണ്?

തന്നിട്ടില്ല.(തന്നാൽ അല്ലെ കൈ പറ്റൂ?)

- പ്രസ്തുത സെമിനാർ ആഗസ്ത് 6 മുതൽ 9 വരെ എന്ന് താങ്കൾ ഓർക്കുമല്ലോ? എന്നാൽ ആഗസ്ത് 2 മുതൽ 10 വരെ ഞാൻ അവധിയിൽ ആയിരിക്കും എന്ന് താങ്കളെ അറിയിച്ച തീയതി ഏതാണ്? എന്റെ അവധി അപേക്ഷ സ്വീകരിച്ചോ? സ്വീകരിച്ചെങ്കിലും എന്നാണ്?

താങ്കളുടെ അവധി അപേക്ഷ തന്നതും സ്വീകരിച്ചതും ആഗസ്ത് 1 നു തന്നെ.

- പ്രസ്തുത സെമിനാറിൽ പങ്കെടുക്കാൻ എന്നെ വിടുതൽ ചെയ്തിട്ടുണ്ടോ? ആ തീയതി കൂടി ഒന്ന് പറയാമോ?

വിടുതൽ ചെയ്തിട്ടുണ്ട്. അത് ആഗസ്ത് 4 ആണ്.

- വിടുതൽ ചെയ്ത ഉത്തരവ് എനിക്ക് നൽകുകയോ ഞാൻ കൈപ്പറ്റുകയോ ചെയ്തിട്ടുണ്ടോ?

ഇല്ലേ ഇല്ല

- പ്രസ്തുത സെമിനാറിൽ പങ്കെടുക്കാത്തതിന് ഹെഡ് ഓഫീസിൽ നിന്ന് വിശദീകരണം ചോദിച്ചിരുന്നോ ?

ഇല്ല

- എന്റെ അവധി അപേക്ഷ ഹെഡ് ഓഫീസിലേക്ക് അയച്ചു കൊടുത്ത തീയതി?

ഡിസംബർ 20

- എന്റെ ശമ്പളം നൽകാതിരിക്കാൻ വേണ്ടി എന്റെ അവധി അപേക്ഷ 142 ദിവസം തടഞ്ഞു വെച്ചത് ആര് പറഞ്ഞിട്ടാണ്? എന്തിനാണ്?

നിന്റെ നേർമേലധികാരി ആയ ഞാൻ പറഞ്ഞിട്ട്. നിന്നെ പണത്തിന്റെ വില മനസിലാക്കിതരാൻ.

(കൂടുതൽ വിവരങ്ങൾക്ക് മൂന്ന് മാസങ്ങൾക്ക് മുമ്പ് താങ്കൾക്ക് നൽകിയ മെമ്മോ യും അതിന്റെ മറുപടിയും നോക്കുക.)

മെമ്മോ

ഈ സ്ഥാപനത്തിൽ സൂക്ഷിച്ചിരിക്കുന്ന ചാർജ് രജിസ്റ്റർ പ്രകാരം ഒക്ടോബർ മൂന്നിന് താങ്കൾക്ക് സ്ഥാപന മേധാവിയുടെ ചാർജ് നൽകിയിരുന്നു. ഒക്ടോബർ 4 നും , 5

നും കൂടി ചാർജ് നൽകിയിരുന്നുവെങ്കിലും ചില പ്രത്യേകകാരണങ്ങളാൽ അത് 4 നു തന്നെ തിരികെ എടുത്തു. അന്നേ ദിവസം, പ്രവൃത്തിസമയം അപരിചിതനായ ഒരാൾ എന്റെ അനുവാദം കൂടാതെ സ്ഥാപനത്തിൽ പ്രവേശിച്ചു. അന്വേഷണത്തിൽ താങ്കൾ നൽകിയ അനുവാദത്തിന്റെ അടിസ്ഥാനത്തിലാണ് അങ്ങനെ സംഭവിച്ചത് എന്ന് മനസ്സിലായി.

ആ അപരിചിതൻ ദീപാവലിക്കുള്ള പടക്കങ്ങൾ ജീവനക്കാർക്ക് വിൽക്കാൻ വന്നതാണ്. വെറും 200 രൂപ മാത്രം ഉള്ള പടക്കങ്ങൾ അയാൾ 250 രൂപക്ക് വിറ്റതായി ഞാൻ മനസിലാക്കുന്നു.

ഈ കച്ചവടത്തിന്റെ ഇടയിൽ നിന്ന് താങ്കൾ അവിഹിതധനം സ്വന്തമാക്കിയതായി ഞാൻ മനസിലാക്കുന്നു.

ഇതിനുള്ള വിശദീകരണം ഈ കത്ത് കിട്ടി ഒരാഴ്ചക്കകം നൽകേണ്ടതാണ്.മറുപടി തൃപ്തികരം അല്ലെങ്കിൽ താങ്കൾക്ക് എതിരെ വകുപ്പ് നടപടികൾക്ക് ശുപാർശ ചെയ്യേണ്ടി വരും എന്ന് കൂടി അറിയിക്കുന്നു.

<u>മറുപടി</u>

ഒക്ടോബർ മൂന്നിന് സ്ഥാപനമേധാവിയുടെ ചുമതല എനിക്ക് തന്നെയായിരുന്നു. 4 നും , 5 നും ആണ് മെമ്മോയിൽ സൂചിപ്പിക്കുന്ന അപരിചിതൻ ഓഫീസിൽ പ്രവേശിച്ചത്. അന്ന് മേലധികാരിയുടെ ചുമതല ഇല്ലായിരുന്ന എനിക്കാണ് അതിന്റെ ഉത്തരവാദിത്തം എന്ന് പറയുന്നത് അടിസ്ഥാനരഹിതമാണ്.

എന്നാൽ ഇതുമായി ബന്ധപെട്ടു എനിക്ക് ഒരു കാര്യം കൂടി സൂചിപ്പിക്കാൻ ഉണ്ട്.

ഈ അപരിചിതൻ എന്നെ കാണാൻ വന്നത് എന്റെ മേലധികാരിയുമായി നടത്തിയ ഫോൺ സംഭാഷണത്തിനെ തുടർന്നാണ്.. കഴിഞ്ഞ രണ്ടു വർഷവും ഇതേ ആൾ

മേലധികാരിയുടെ നേരിട്ടുള്ള അനുവാദത്തോടെ പടക്കം വില്പന നടത്തിയത് എന്നെ പോലെ എന്റെ സഹപ്രവർത്തകർക്കും അറിവുള്ളതാണ്.അന്ന് ഇതേ പടക്കങ്ങൾ 500 രൂപക്ക് ആണ് വിറ്റത്. 250 ന്റെ ഇരട്ടി അല്ലെ 500 ???

പ്രിയപെട്ടവരെ ... ഇനി പറയൂ ... എന്റെ ശമ്പളം തടയാൻ വേണ്ടി എന്തിനാണ് എന്റെ അവധി അപേക്ഷ അയക്കാതിരുന്നത്?

# # #

8

ബ്രോഷർ

മുമ്പൊക്കെ ആൾക്കാരുടെ മുഖം നോക്കി മനസ്സ് വായിക്കാൻ അവന് കഴിഞ്ഞിരുന്നു.പക്ഷെ ഇപ്പോൾ മുഖാവരണം നിർബന്ധമാക്കിയപ്പോൾ അതിനു കഴിയാതെയായി.കണ്ണുകളുടെ ചലനത്തെക്കാളും കണ്ണുകളുടെയും കവിളുകളുടെയും പേശികളുടെയും ചലനങ്ങൾ നോക്കിയാണ് ഓരോത്തരുടേയും മനസ്സ് അവൻ വായിച്ചിരുന്നത്. അന്നൊക്കെ, ഇക്കാര്യം അറിയാവുന്നവർക്ക്, അവന്റെ മുന്നിൽ വന്നിരിക്കാൻ പലർക്കും ഭയമായിരുന്നു.ഇപ്പോൾ അവരൊക്കെ ഒരു ഭയവും കൂടാതെ അവന്റെ മുന്നിൽ വന്നിരിക്കാറുണ്ട്.

പക്ഷെ അതൊന്നും അല്ല അവനെ അലട്ടുന്ന വലിയ പ്രശ്നം. അവളുടെ മനസ്സ് വായിക്കാൻ കഴിയുന്നില്ല. അത് കൊണ്ട് തന്നെ അവർക്കിടയിൽ ഒരുപാട് തർക്കങ്ങൾ ഉണ്ടാകുന്നു.നാളെ ഈ പ്രശ്നങ്ങൾ അവസാനിക്കുമെന്ന് കരുതി ഓരോ ദിവസവും തള്ളി നീക്കുകയായിരുന്നു. പക്ഷെ എന്ത് ചെയ്യാൻ, രണ്ടാം (മൂന്നാം?) തരംഗം അവന്റെ എല്ലാ പ്രതീക്ഷകളെ മുഴുവൻ തകർത്തു കളഞ്ഞു. ഇനി അങ്ങനെയൊരു കാലം തിരിച്ചു വരുമോ എന്നാലോചിച്ചു അവൻ ഏറെ അസ്വസ്ഥമായി.ഉറക്കം പോയി.ജീവിക്കാനുള്ള

ആഗ്രഹവും ഇല്ലാതെയായി.

അവളോട് പറഞ്ഞപ്പോൾ അവൾ കളിയാക്കി. ഒരു ബ്രോഷർ എടുത്തു അവന്റെ കയ്യിൽ കൊടുത്തു. "എങ്ങനെ സന്തോഷം കണ്ടെത്താം ? " എന്നതിനെ സംബന്ധിച്ച് ആരോ ഓൺലൈനിൽ ക്ലാസ് എടുക്കുന്ന പരസ്യമാണ്.

അവൾ പറഞ്ഞു. "ഞാൻ പങ്കെടുത്തു. ഒന്നിനോടും അടുപ്പമില്ലാതെ, എല്ലാത്തിനോടും ഒരേ അടുപ്പം വെച്ച് ജീവിച്ചാൽ സന്തോഷം കിട്ടും"

അവന് ഞെട്ടി പോയി അവൾ കുറച്ചു കാലമായി തഴയുന്നു എന്ന് തോന്നുന്നതിന്റെ കാരണം അവനു മനസിലായി. അവന്റെ സ്നേഹത്തിന്റെ ആഴം അവൾ മനസിലാക്കുന്നില്ലേ ? അവനു സംശയമായി. ചോദിച്ചാൽ അവൾ പറയും.

"എന്നും വിളിക്കുന്നുണ്ടല്ലോ? വിശേഷങ്ങൾ പറയുണ്ടല്ലോ?"

അവനു ഉത്തരം മുട്ടി പോകും.

സ്നേഹിക്കപ്പെടുക എന്ന് പറയുന്നത് ഒരു ഭാഗ്യമാണെന്ന് ഒരു മഹാൻ പറഞ്ഞിട്ടുണ്ട്. ആദരിക്കുകപെടുക ഒരു ദുരന്തവും.

നടന്നു പോകുമ്പോൾ ബ്രോഷറിന്റെ അർഥം വേറെയൊരു രീതിയിൽ മനസ്സിൽ കടന്നു വന്നു .

ബ്രോഷറിൽ ഒരു പ്രോഗ്രാം ആണ്. മാറ്റമാണ് അതിന്റെ സ്വത്വം. അവൾ "മാറി നില്ക്കാൻ പറഞ്ഞതാണോ?"

അവന്റെ മനസ്സ് എന്നും ഇങ്ങനെ ആണ്. വേണ്ടാത്ത ചിന്തകൾ കടന്നു വരും.

ചിന്തകൾ ഉണർന്നത് ഒരു പോലീസ് ജീപ്പ് ഞരക്കത്തോടെ വന്നു നിന്നപ്പോഴാണ്. ജീപ്പിന്റെ ഫുട്സ്റ്റെപ്പിൽ ഒരു കാൽ വെച്ച് കൊണ്ട് തന്നെ ഐസൽ സീറ്റിൽ ഇരുന്ന ഇൻസ്പെക്ടർ ചോദിച്ചു.

"എവിടെ പോകുന്നു?"

അവൻ അപ്പോഴാണ് ഓർത്തത്. എവിടെയാണ് ഞാൻ പോകുന്നത്?

"സത്യവാഗ്മൂലം ഉണ്ടോ?

"എന്തിനു "

" ഏഴു മണി കഴിഞ്ഞു ഇറങ്ങി നടക്കാൻ ..."

കയ്യിലിരുന്ന ബോർഷർ അവൻ ഇൻസ്പെക്ടർക്ക് കൊടുത്തു.

ഇൻസ്പെക്ടർ അത് തിരിച്ചുംമറിച്ചും നോക്കി.

"ഇത് എന്താണ്?"

അവൻ സത്യം പറഞ്ഞു.

"ഇത് എന്റെ കൂട്ടുകാരി തന്നതാണ്. വിരഹം പോലെ എന്തോ ഒന്ന് എന്നെ കാർന്നു തുടങ്ങിയെന്നു തോന്നിയപ്പോൾ എന്നെ സമാധാനിപ്പിക്കാനോ, അവൾക്ക് എന്റെ ശല്യത്തിൽ നിന്ന് രക്ഷപെടാനോ വേണ്ടി എനിക്ക് ചേരാൻ ഒരു കോഴ്സ് കണ്ടു പിടിച്ചു തന്നതാണ്"

ഇൻസ്പെക്ടർ പുറത്തിറങ്ങി. മുഖാവരണം മാറ്റി.

പൊട്ടിച്ചിരിച്ചു.

"നിനക്കു അറിയാമോ? ഈ ക്ലാസ് എടുക്കുന്നത് എന്റെ ഭാര്യയാണ്.വീട്ടിൽ ചെന്ന് കേറുമ്പോൾ തന്നെ വഴക്ക് ആണ്. ഒരു സന്തോഷവും ഇല്ല. എന്റെ ജോലിയുടെ സ്വഭാവം പോലും മനസിലാക്കാതെ തട്ടിക്കയറൽ.അവൾക്ക് സാമ്യം പോകാൻ അവൾ കണ്ടെത്തിയ മാർഗ്ഗമാണ് – എങ്ങനെ സന്തോഷം കണ്ടെത്താം – എന്ന ക്ലാസ്. "

" നിനക്കു എവിടെ പോകണം?ഞാൻ കൊണ്ട് വിടാം" ഇൻസ്പെക്ടർ പറഞ്ഞു.

അവൻ പറഞ്ഞു.

"എനിക്ക് ഒരിടത്തും പോകാൻ ഇഷ്ടമില്ല."

"പിന്നെ?"

"എനിക്ക് ഈ മുഖാവരണത്തിനു കാരണക്കാരായവരെ കൊന്നുയൊടുക്കണം."

"എങ്കിൽ ഞാനും കൂടിയുണ്ട്"

ഇൻസ്പെക്ടർ പറഞ്ഞു.

"പക്ഷെ ..."

" ഒരു പക്ഷെയും ഇല്ല. ജൂൺ പതിനഞ്ചോടെ ലോകത്തിൽ നിന്ന് ഈ വില്ലനെ നമ്മുക്ക് നിഷ്കാസനം ചെയ്യാം"

– ഇവന് വട്ടാണോ – എന്ന് ചിന്തിച്ചു ഇൻസ്പെക്ടർ നിൽകുമ്പോൾ ഡ്രൈവർ അയാളെ അടുത്തേക്ക് വിളിച്ചു.

എന്നിട്ട് ഒരു രഹസ്യം പറഞ്ഞു.

"ശ്രദ്ധിച്ചോ ...അവന്റെ തലക്ക് ചുറ്റും ഒരു പ്രഭാവലയം കണ്ടോ?അവൻ സാധാരണക്കാരൻ അല്ല"

അപ്പോഴാണ് ഇൻസ്പെക്ടർ അത് ശ്രദ്ധിച്ചത്.

ശരിയാണ്.

"തൽകാലം എന്റെ കൂടെ വാ ...ഞാൻ വീട്ടിൽ ആക്കാം.വേണമെങ്കിൽ കൂട്ടുകാരിയുടെ അടുത്തും ആക്കാം"

അവൻ ജീപ്പിൽ കയറി.

"ഇനി എങ്ങാനും എന്നെ ഭ്രാന്താശുപത്രിയിൽ ആക്കാനാണോ പരിപാടി?

ഇൻസ്പെക്ടർ പൊട്ടിച്ചിരിച്ചു.

ലോകത്തിനു അവൻ എല്ലാം നൽകുമ്പോൾ , ലോകം അവനെ ചവറുകുട്ടയിൽ വലിച്ചു എറിയും

അവൻ കുറച്ച നേരം മൗനത്തിൽ ഒളിച്ചു.

മൗനം ഒരു പൊട്ടിത്തെറിയുടെ ആരംഭമായിരുന്നു.

# # #

9

ചിപ്പി

സന്ധ്യ മാഞ്ഞു തുടങ്ങി. കടൽത്തീരം വിജനമാകാനും. കടൽ അപ്പോഴും ആരെയോ അന്വേഷിച്ചു തീരത്തു വന്നണഞ്ഞു തിരികെ പോയി കൊണ്ടിരുന്നു. ഞാൻ മാത്രം എന്റെ അന്വേഷണത്തെ പൂർത്തിയാക്കാതെ കടൽത്തീരത്ത് തന്നെ തുടർന്നു. ഓരോ തിരയും എനിക്ക് ഓരോ ചിപ്പിയെ കൊണ്ട് തന്നു. ഞാൻ ഓടി പോയി അവയെ എടുക്കും. അതിന്റെ അകത്തു നോക്കും. എന്റെ സ്വപ്നസാക്ഷാത്കാരത്തിന്റെ മന്ത്രം അതിനകത്തു ഒളിച്ചു വെച്ചിട്ടുണ്ടോ എന്ന്. എന്റെ പിതാവ് ഒരിക്കൽ എന്നോട് പറഞ്ഞു. "ജീവിതം ദുഃഖപൂർണമെന്നു തോന്നുമ്പോൾ കടൽക്കരയിൽ പോകണം. അവിടെ നിനക്കു നിന്റെ സ്വപനങ്ങളുടെ സാക്ഷാത്കാരത്തിന്റെ വഴി തുറന്നു കിട്ടും. ഏതോ ഒരു ചിപ്പി നിനക്കുള്ളതാണ്" അത് കൊണ്ടാണ് കുറച്ച ദിവസമായി ഞാൻ ഇവിടെ തന്നെ വന്നിരിക്കുന്നത്. രാവും പകലും വ്യത്യാസമില്ലാതെ ഇവിടെ കടൽക്കരയിൽ ഓരോ ചിപ്പിയും പരതി നടക്കുന്നത്. എനിക്ക് അറിയാം മറ്റുള്ളവർ എന്നെ ഭ്രാന്തൻ എന്നാണ് വിശേഷിപ്പിക്കുന്നത്. പക്ഷെ അതൊന്നും എന്റെ അന്വേഷണത്തെ ബാധിക്കില്ല.അല്ലെങ്കിൽ എന്റെ ഈ കടലും അവന്റെ അന്വേഷണം ഇത് വരെ നിർത്തിയില്ലല്ലോ?

ഇടയ്ക്കു ഞാൻ തിരകളോട് ചോദിക്കും. "തിരകളെ....നിങ്ങളെങ്ങാനും ആ രഹസ്യം അടങ്ങിയിരുന്നു ആ ചിപ്പി കടലിലേക്കു വലിച്ചെടുത്തു ഒളിപ്പിച്ചുവോ?" കടൽ പൊട്ടി ചിരിക്കും. എന്നെ ആശ്വസിപ്പിക്കാൻ ശക്തി കുറഞ്ഞ തിരകളായി വന്നു എന്റെ കാലുകളെ തഴുകും . എത്രയോ വർഷങ്ങൾ ! കടലും ഞാനും മാത്രം. ഇതിനിടെ മഴ വന്നു, കൊടുങ്കാറ്റ് വന്നു. വെയിൽ തീയായി പെയ്തു. എന്നിട്ടും ഞങ്ങളിരുവരും അന്വേഷണം നിർത്തിയില്ല. എല്ലാവരും കടലിനെ ഉപേക്ഷിച്ചപ്പോഴും ഞാൻ കടലിനെ ഉപേക്ഷിച്ചില്ല.കടൽ എന്നെയും. ഇപ്പോൾ ആരും എന്നെ ശ്രദ്ധിക്കാതെ ആയി. ഭ്രാന്തനെ എന്തിനു എല്ലാവരും ശ്രദ്ധിക്കണം. കടലിനെ സ്നേഹിച്ചവർ ഇടയ്ക്കു കടലിനെ വെറുക്കുന്നതും, പിന്നെ സ്നേഹിക്കുന്നതും ഞാൻ കണ്ടു. അവസരങ്ങൾ അനുസരിച്ചു സ്നേഹവും വെറുപ്പും അവഗണനയും, കരുതലും ഓരോത്തരായി കടലിലേക്ക് ഒഴുക്കുന്നത് ഞാൻ കണ്ടു. എന്റെ ഹൃദയം വേദനിച്ചു.അപ്പോഴും കടൽ നിർവികാരമായ തന്നെ തന്റെ അന്വേഷണം തുടർന്നു. അങ്ങനെയിരിക്കെ ...ഒരു ദിവസം ...അതൊരു അവധി ദിവസമായിരുന്നു. അവധിദിവസങ്ങൾ ആഘോഷങ്ങളുടേതാണല്ലോ? ആഘോഷങ്ങൾ ആൾക്കൂട്ടങ്ങളുടേതും...ഒരു ആൾക്കൂട്ടത്തിന്റെ ഭാഗമായി ഒരു പെൺകുട്ടിയും കടൽക്കരയിൽ വന്നു.കൂടെ വന്നവരെല്ലാവരും എന്നെ അവഗണിച്ചു പരിഹസിച്ചപ്പോൾ അവൾ മാത്രം സഹതാപപൂർവം എന്നെ നോക്കി. ഞാൻ സഹതാപത്തിനു കത്ത് നിൽക്കാതെ എന്റെ അന്വേഷണത്തെ തുടർന്ന് കൊണ്ടിരുന്നു. പെട്ടെന്ന് എന്റെ പിറകിൽ നിന്ന് അവളുടെ ശബ്ദം കേട്ടു . "എന്താണ് ഈ തിരയുന്നത്?" കടൽ അല്ലാതെ മറ്റാരും എന്നോട് ആ ചോദ്യം ചോദിച്ചിട്ടില്ല. എനിക്ക് അദ്ഭുതമായി. ഞാൻ പറഞ്ഞു. :എന്റെ

സ്വപ്ന സാക്ഷാത്കാരത്തിന്റെ മാർഗ്ഗം" "സ്വപ്നസാക്ഷാത്കാരത്തിന്റെയോ?" അവൾക്ക് അദ്ഭുതമായി... ഞാൻ വിശദീകരിച്ചു. "ഏതോ ചിപ്പിയിൽ അത് ഒളിഞ്ഞിരിപ്പുണ്ട്" അവൾ ഒന്നും പറയാതെ കടൽക്കരയിൽ മണലിൽ അങ്ങനെയൊന്നു കിടക്കുന്നുണ്ടോ എന്ന് നോക്കി. ആ സമയം അവളുടെ കൂട്ടുകാരികൾ എന്നെ കളിയാക്കി പൊട്ടിച്ചിരിക്കുകയായിരുന്നു. വീണ്ടും സന്ധ്യയുടെ കരിമ്പടം വന്നു കടലിന്റെ മുകളിൽ വീഴാൻ തുടങ്ങി.പതിവ് പോലെ നിരാശനായി ഞാൻ കടൽക്കരയിലെ മണലിൽ കുത്തിയിരുന്ന്. അപ്പോഴാണ് ആ പെൺകുട്ടി എന്റെ നേർക്ക് കിതച്ചു കൊണ്ട് ഓടി വന്നത്.അവളുടെ കയ്യിൽ ഒരു ചിപ്പിയുണ്ടായിരുന്നു. അവൾ ചോദിച്ചു "ഇത് തനിയാണോ അന്വേഹസിക്കുന്ന ചിപ്പി?" ഞാൻ അത് കൈകളിൽ വാങ്ങി നോക്കി. എനിക്ക് അദ്ഭുതമായി.സന്തോഷമായി .ഞാൻ അന്വേഷിച്ച സ്വപ്നസാക്ഷാത്കാരത്തിന്റെ ചിപ്പി! അവിശ്വസനീയമായയനിനിർവ്വചനീയമായ ആനന്ദത്തോടെ ഞാൻ ആ ചിപ്പി തുറന്നു നോക്കി. അദ്ഭുതം! എനിക്ക് ചിപ്പി കൊണ്ട് തന്ന ആ പെൺകുട്ടിയുടെ ചിത്രം അതിനകത്തു നിന്ന് എന്നെ നോക്കുന്നു. അതെ! ഞാൻ തലയുയർത്തി നോക്കുമ്പോൾ തൊട്ടു മുമ്പിൽ നിന്നിരുന്ന അവളെ കാണാനില്ല . ഞാൻ ചുറ്റും നോക്കി. അപ്പോൾ ഞാൻ കണ്ടത് അവൾ കടലിന്റെ തിരകളിലിനു മുകളിലൂടെ അതിന്റെ താളമനുസരിച്ചു നടന്നു നീങ്ങുന്നതാണ്.

സന്ധ്യ മാഞ്ഞു തുടങ്ങി. കടൽത്തീരം വിജനമാകാനും.

കടൽ അപ്പോഴും ആരെയോ അന്വേഷിച്ചു തീരത്തു വന്നണഞ്ഞു തിരികെ പോയി കൊണ്ടിരുന്നു. ഞാൻ മാത്രം എന്റെ അന്വേഷണത്തെ പൂർത്തിയാക്കാതെ കടൽത്തീരത്ത് തന്നെ തുടർന്നു. ഓരോ തിരയും എനിക്ക് ഓരോ ചിപ്പിയെ കൊണ്ട് തന്നു. ഞാൻ ഓടി പോയി അവയെ എടുക്കും.

അതിന്റെ അകത്തു നോക്കും. എന്റെ സ്വപ്നസാക്ഷാത്കാരത്തിന്റെ മന്ത്രം അതിനകത്തു ഒളിച്ചു വെച്ചിട്ടുണ്ടോ എന്ന്. എന്റെ പിതാവ് ഒരിക്കൽ എന്നോട് പറഞ്ഞു.

"ജീവിതം ദുഃഖപൂർണമെന്നു തോന്നുമ്പോൾ കടൽക്കരയിൽ പോകണം. അവിടെ നിനക്കു നിന്റെ സ്വപനങ്ങളുടെ സാക്ഷാത്കാരത്തിന്റെ വഴി തുറന്നു കിട്ടും. ഏതോ ഒരു ചിപ്പി നിനക്കുള്ളതാണ്"

അത് കൊണ്ടാണ് കുറച്ച ദിവസമായി ഞാൻ ഇവിടെ തന്നെ വന്നിരിക്കുന്നത്. രാവും പകലും വ്യത്യാസമില്ലാതെ ഇവിടെ കടൽക്കരയിൽ ഓരോ ചിപ്പിയും പരതി നടക്കുന്നത്. എനിക്ക് അറിയാം മറ്റുള്ളവർ എന്നെ ഭ്രാന്തൻ എന്നാണ് വിശേഷിപ്പിക്കുന്നത്. പക്ഷെ അതൊന്നും എന്റെ അന്വേഷണത്തെ ബാധിക്കില്ല.അല്ലെങ്കിൽ എന്റെ ഈ കടലും അവന്റെ അന്വേഷണം ഇത് വരെ നിർത്തിയില്ലല്ലോ?

ഇടയ്ക്കു ഞാൻ തിരകളോട് ചോദിക്കും.

"തിരകളെ...നിങ്ങളെങ്ങാനും ആ രഹസ്യം അടങ്ങിയിരുന്നു ആ ചിപ്പി കടലിലേക്കു വലിച്ചെടുത്തു ഒളിപ്പിച്ചുവോ?"

കടൽ പൊട്ടി ചിരിക്കും. എന്നെ ആശ്വസിപ്പിക്കാൻ ശക്തി കുറഞ്ഞ തിരകളായി വന്നു എന്റെ കാലുകളെ തഴുകും .

എത്രയോ വർഷങ്ങൾ ! കടലും ഞാനും മാത്രം. ഇതിനിടെ മഴ വന്നു, കൊടുങ്കാറ്റ് വന്നു. വെയിൽ തീയായി പെയ്തു. എന്നിട്ടും ഞങ്ങളിരുവരും അന്വേഷണം നിർത്തിയില്ല. എല്ലാവരും കടലിനെ ഉപേക്ഷിച്ചപ്പോഴും ഞാൻ കടലിനെ ഉപേക്ഷിച്ചില്ല.കടൽ എന്നെയും.

ഇപ്പോൾ ആരും എന്നെ ശ്രദ്ധിക്കാതെ ആയി. ഭ്രാന്തനെ എന്തിനു എല്ലാവരും ശ്രദ്ധിക്കണം. കടലിനെ സ്നേഹിച്ചവർ ഇടയ്ക്കു കടലിനെ വെറുക്കുന്നതും , പിന്നെ സ്നേഹിക്കുന്നതും ഞാൻ കണ്ടു. അവസരങ്ങൾ

അനുസരിച്ചു സ്നേഹവും വെറുപ്പും അവഗണനയും, കരുതലും ഓരോത്തരായി കടലിലേക്ക് ഒഴുക്കുന്നത് ഞാൻ കണ്ടു. എന്റെ ഹൃദയം വേദനിച്ചു.അപ്പോഴും കടൽ നിർവികാരമായ തന്നെ തന്റെ അന്വേഷണം തുടർന്നു .

അങ്ങനെയിരിക്കെ ...ഒരു ദിവസം ...അതൊരു അവധി ദിവസമായിരുന്നു. അവധിദിവസങ്ങൾ ആഘോഷങ്ങളുടേതാണല്ലോ? ആഘോഷങ്ങൾ ആൾക്കൂട്ടങ്ങളുടേതും ...ഒരു ആൾക്കൂട്ടത്തിന്റെ ഭാഗമായി ഒരു പെൺകുട്ടിയും കടൽക്കരയിൽ വന്നു.കൂടെ വന്നവരെല്ലാവരും എന്നെ അവഗണിച്ചു പരിഹസിച്ചപ്പോൾ അവൾ മാത്രം സഹതാപപൂർവം എന്നെ നോക്കി. ഞാൻ സഹതാപത്തിനു കത്ത് നിൽക്കാതെ എന്റെ അന്വേഷണത്തെ തുടർന്ന് കൊണ്ടിരുന്നു. പെട്ടെന്ന് എന്റെ പിറകിൽ നിന്ന് അവളുടെ ശബ്ദം കേട്ടു.

"എന്താണ് ഈ തിരയുന്നത്?"

കടൽ അല്ലാതെ മറ്റാരും എന്നോട് ആ ചോദ്യം ചോദിച്ചിട്ടില്ല. എനിക്ക് അദ്ഭുതമായി. ഞാൻ പറഞ്ഞു.

:എന്റെ സ്വപ്ന സാക്ഷാത്കാരത്തിന്റെ മാർഗ്ഗം"

"സ്വപ്നസാക്ഷാത്കാരത്തിന്റെയോ?"

അവൾക്ക് അദ്ഭുതമായി...

ഞാൻ വിശദീകരിച്ചു.

"ഏതോ ചിപ്പിയിൽ അത് ഒളിഞ്ഞിരിപ്പുണ്ട്"

അവൾ ഒന്നും പറയാതെ കടൽക്കരയിൽ മണലിൽ അങ്ങനെയൊന്നു കിടക്കുന്നുണ്ടോ എന്ന് നോക്കി. ആ സമയം അവളുടെ കൂട്ടുകാരികൾ എന്നെ കളിയാക്കി പൊട്ടിച്ചിരിക്കുകയായിരുന്നു.

വീണ്ടും സന്ധ്യയുടെ കരിമ്പടം വന്നു കടലിന്റെ മുകളിൽ വീഴാൻ തുടങ്ങി.പതിവ് പോലെ നിരാശനായി ഞാൻ കടൽക്കരയിലെ മണലിൽ കുത്തിയിരുന്ന്. അപ്പോഴാണ് ആ

പെൺകുട്ടി എന്റെ നേർക്ക് കിതച്ചു കൊണ്ട് ഓടി വന്നത്.അവളുടെ കയ്യിൽ ഒരു ചിപ്പിയുണ്ടായിരുന്നു.

അവൾ ചോദിച്ചു

"ഇത് തനിയാണോ അന്വേഷിക്കുന്ന ചിപ്പി?"

ഞാൻ അത് കൈകളിൽ വാങ്ങി നോക്കി. എനിക്ക് അദ്ഭുതമായി.സന്തോഷമായി.ഞാൻ അന്വേഷിച്ച സ്വപ്നസാക്ഷാത്കാരത്തിന്റെ ചിപ്പി!

അവിശ്വസനീയമായ - അനിനിർവ്വചനീയമായ ആനന്ദത്തോടെ ഞാൻ ആ ചിപ്പി തുറന്നു നോക്കി.

അദ്ഭുതം! എനിക്ക് ചിപ്പി കൊണ്ട് തന്ന ആ പെൺകുട്ടിയുടെ ചിത്രം അതിനകത്തു നിന്ന് എന്നെ നോക്കുന്നു.

അതെ!

ഞാൻ തലയുയർത്തി നോക്കുമ്പോൾ തൊട്ടു മുമ്പിൽ നിന്നിരുന്ന അവളെ കാണാനില്ല. ഞാൻ ചുറ്റും നോക്കി. അപ്പോൾ ഞാൻ കണ്ടത് അവൾ കടലിന്റെ തിരകളിലിനു മുകളിലൂടെ അതിന്റെ താളമനുസരിച്ചു നടന്നു നീങ്ങുന്നതാണ്

# # #

10

വീണ്ടും ഒരു പകലിനു വേണ്ടി

കെ പി തീവണ്ടിയിൽ തനിക്ക് അനുവദിക്കപ്പെട്ട സീറ്റിൽ ചാഞ്ഞിരുന്നു. വെള്ള മുണ്ടും ജുബ്ബയുമാണ് വേഷം.ബ്രീഫ് കേസ് സീറ്റിൽ ചാരി വെച്ചു.കണ്ണട ഊരി കണ്ണുകൾ തുടച്ചു.പിന്നെ ധ്യാനനിരതനായിരുന്നു. നല്ല ക്ഷീണം തോന്നുന്നുണ്ട്.ഈയിടെയായി അങ്ങനെയാണ്. പക്ഷെ അതിനിടയിലും നല്ല സന്തോഷം തോന്നാറുണ്ട്.തന്നോട് താൽപര്യമുള്ള സദസ്സിനോട് സംവേദിക്കുന്നത് എന്നും എപ്പോഴും ആഹ്ലാദകരമാണ്.പ്രത്യാശ കൊണ്ട് മനസ്സ് നിറയും.

പറഞ്ഞ വാക്കും, അതിനുണ്ടായ പ്രതികരണവും ഓർത്തു കണ്ണടച്ചിരിക്കെ തീവണ്ടി ചൂളം വിളിച്ചു. തുറന്നു.പതുക്കെ കണ്ണുകൾ തുറന്നു. ജനാലയിലൂടെ പുറത്തേക്ക് നോക്കി.മരുമകൻ അന്ത്രു പച്ചക്കൊടിയുമായി തീവണ്ടിയെ യാത്ര അയക്കുന്നത് പോലെ ...തന്നെ തെരയുന്ന അന്ത്രുവിന്റെ ശ്രദ്ധ പിടിച്ചു പറ്റാൻ കൈ വീശി ...അന്ത്രുവും ...

ഇടയ്ക്ക് തിരുവനന്തപുരത്തു വരുമ്പോൾ താമസിക്കുന്നത് റെയിൽവേ സ്റ്റേഷനു അടുത്ത് സി പി സത്രത്തിലാണ്.ഒരു മുറിയുണ്ട്. ഇവിടെയെത്തിയെന്നറിഞ്ഞാൽ കാണാൻ വരുന്ന

ഒരാള്‍ അന്ത്രുവായിരിക്കും. തന്റെ ഭാര്യയും, മക്കളും, മരുമക്കളും, മറ്റ് ബന്ധുക്കളും തിരുവനന്തപുരത്താണ് താമസമെങ്കിലും, എന്തുകൊണ്ടോ കൊച്ചി ഉപേക്ഷിച്ചു വരാന്‍ തോന്നുന്നില്ല. ഹൈ കോടതിയിലെ കേസുകളിലും, പ്രസംഗവും, ഹിന്ദിപ്രചാരസഭയും, ഗാന്ധിദര്‍ശന പ്രചാരണവുമായി കൂടി ഇങ്ങനെ കഴിയണം.

ഓര്‍ക്കുമ്പോള്‍ രസമാണ്. കുട്ടിക്കാലത്തു കണിയാപുരത്തു നിന്ന് ആറ്റിങ്ങല്‍ വരെ നടന്നു പോയാണ് പഠിച്ചത്.പഠിക്കാന്‍ ഉത്സാഹമായിരുന്നു.അതുകൊണ്ട് തന്നെ ഇരട്ട ക്ലാസ് കയറ്റവും കിട്ടി.ഒന്നല്ല.രണ്ടു പ്രാവശ്യം. തീവണ്ടി കണിയാപുരം കടന്നപ്പോള്‍ കെ പി ഓര്‍ത്തു.

തീവണ്ടി കൊല്ലത്തെത്തി.ആരൊക്കെയോ ഇറങ്ങി.ആരൊക്കെയോ കയറി.ജീവിതം ഒരു തീവണ്ടിയാത്ര പോലെയാണെന്ന് ആരോ ഓര്‍മ്മിപ്പിക്കുന്നത് പോലെ.കൊല്ലത്തിറങ്ങി പോയ ഒരു കുട്ടിക്ക് ഷജിലിന്റെ പ്രായവും ഛായയും. ഷജില്‍ ജനിച്ചത് ഒരു ശനിയാഴ്ചയാണ്.പാറ്റൂരിലെ ഒരു വാടകവീട്ടില്‍.താനും ആ സമയത്തു അവിടെ ഉണ്ടായിരുന്നു. ചോരക്കുഞ്ഞിനെ വാരി പുണര്‍ന്നതു ഇന്നും ഓര്‍ക്കുന്നു.കരിക്കിന്‍വെള്ളം നാവില്‍ തൊട്ട് വെച്ചതും, മിടുക്കനായി വളര്‍ന്നു വരണമെന്ന് ദു അ ചൊല്ലിയതും ഇപ്പോള്‍ കാഴിഞ്ഞതു പോലെ ഓര്‍ക്കുന്നു.

അവന്റെ വളര്‍ച്ചയുടെ ഓരോ പടവുകളും താന്‍ ശ്രദ്ധിച്ചിട്ടുണ്ട്.പഠിക്കും, മിടുക്കാനാകും ...ഇടക്കൊക്കെ സമയം കണ്ടെത്തി അവരെ കാണാന്‍ ചെല്ലാറുണ്ടായിരുന്നു.അങ്ങനെ ചെല്ലുമ്പോള്‍ തന്റെ കൈകളിലേക്കായിരിക്കും അവന്‍ ആദ്യം നോക്കുക.മിട്ടായികളും മധുരപലഹാരങ്ങളും...

കുറെ കൂടി മുതിര്‍ന്നപ്പോള്‍ മിട്ടായികള്‍ക്കു പകരം ചില ചോദ്യങ്ങള്‍ക്കുള്ള ഉത്തരങ്ങള്‍ അവന്‍ പ്രതീക്ഷിച്ചു തുടങ്ങി.

വീട്ടിയാപ്പയ്ക്ക് ഇവിടെ നിന്നുകൂടെ?

വീട്ടിയാപ്പ എന്താണ് പ്രസംഗിക്കുന്നത്?

കേസുകൾ വാദിക്കുന്നത് എങ്ങനെ?

മന്ത്രിയാകാത്തത് എന്താ?

...അങ്ങനെ പോകും സംശയങ്ങൾ.

രസമാണ് എല്ലാം...എല്ലാ ഓർമ്മകളും.

അതൊക്കെ ഓർത്തിരിക്കുമ്പോൾ തീവണ്ടി കൊച്ചിയിലെത്തി.നല്ല ഉറക്കക്ഷീണം.ഒരു ഓട്ടോ പിടിച്ചു നേരെ താമസസ്ഥലത്തേക്ക് പോയി. വീട്ടിൽ കയറി ലൈറ്റിട്ടു നോക്കുമ്പോൾ കട്ടിലിൽ തളർന്നുറങ്ങുന്ന ഷജിൽ ! കെ പി അവനെ തട്ടിയുണർത്തി.

"മോൻ...?...മോൻ എങ്ങനെയെത്തി.ബാബുജിയും ഉമ്മച്ചിയും എവിടെ?"

അവന്റെ മറുപടി കെ പി യെ കുറച്ചു കൂടി പരിഭ്രാന്തിയിലാക്കി.

"വീട്ടിയാപ്പ സി പി സത്രം വരെ വന്നിട്ടു കാണാതെ പോയത് എന്താ? അത് കൊണ്ടല്ലേ ഞാനിങ്ങു പോന്നത്?"

നെഞ്ചിൽ ഒരു ഇടിത്തീ വീണ പോലെ...കെ പി അടുത്ത വീട്ടിലേക്ക് ഓടി. മകളുടെ വാടകവീട്ടിനടുത്തുള്ള വൈദ്യശാലയുടെ ഫോൺ നമ്പർ ആ ഓട്ടത്തിനിടയിൽ ഓർത്തെടുക്കാൻ നോക്കി.

ട്രങ്ക് ബുക്ക് ചെയ്തു കാത്തിരിക്കുമ്പോൾ വല്ലാത്ത നെഞ്ചിടിപ്പ്.

"ഹലോ "

മറുതലയ്ക്കൽ മകളാണ്. കെ പി പറഞ്ഞു.

"പേടിക്കണ്ട.ഷജിൽ ഇവിടെത്തി പേടിക്കണ്ട"

"എന്റപ്പക്ക് എന്ത് പറ്റി ?അവൻ ഇവിടെ കിടന്നു ഉറങ്ങുകയാണല്ലോ?"

പിന്നെ ചോദിച്ചതും പറഞ്ഞതും ഒന്നും കെ പി ക്ക് ഓർമയില്ല.പതുകെ തിരികെ നടന്നു. അയൽവീട്ടുകാരൻ ചോദിച്ചു.

"സാറിന് സുഖമില്ലേ?"

"ഒന്നുമില്ല.തിരുവനന്തപുരത്തു പോയിട്ട് മക്കളെ കണ്ടില്ല.അതാ...."

മുറിയിൽ വന്നു ഒഴിഞ്ഞ കട്ടിലിൽ നോക്കി കുറച്ച നേരമിരുന്നു.പിന്നെ കിടന്നു.

...വീണ്ടും ഒരു പകലിനു വേണ്ടി ...

# # #

11

സ്വാതന്ത്ര്യം

ത്രിവർണ്ണപതാക ഉയർത്തണമെന്ന അറിയിപ്പ് വന്നത് കൊണ്ടല്ല അയാൾ അന്ന് ഓഫീസിൽ ഹാജരായത്.സർവീസിൽ കയറിയ അന്ന് മുതൽ സ്വാതന്ത്ര്യ ദിനത്തിൽ അയാൾ നേരത്തെ ഓഫീസിലെത്തും .മേലധികാരി ത്രിവർണ്ണപതാകയുയർത്തുമ്പോൾ അഭിമാനത്തോടെ അയാൾ അത് നോക്കി നിൽക്കും..അന്നേരം ഗാന്ധിജിയെ മാത്രമല്ല അയാൾക്ക് ഓർമ്മ വരിക.നാട്ടുവർത്തമാനത്തിൽ കേട്ടറിഞ്ഞ സായിപ്പിന്റെ ബയണറ്റ്ന്റെ കുത്തു കൊണ്ട് മരിച്ച സ്വന്തം നാട്ടുകാരനായ രാമൻകുട്ടിവൈദ്യരെയും അയാൾ ഓർക്കും.കണ്ണ് നിറഞ്ഞു പോകുന്ന അയാൾ അവരോടൊപ്പം ജീവിക്കാൻ കഴിഞ്ഞില്ലല്ലോ എന്നോർത്ത് സങ്കടപ്പെടും.അതാണ് അബ്ദുള്ളക്കുട്ടി.

പതിവ് പോലെ അബ്ദുള്ളക്കുട്ടി സ്വാതന്ത്ര്യദിനത്തിൽ രാവിലെ തന്നെ കുളിച്ചു ശുഭ്രവസ്ത്രധാരിയായി ഓഫീസിലെത്തി.ഒൻപത് മണിക്ക് തന്നെ ത്രിവർണ്ണപതാക ഉയർത്തുമെന്നായിരുന്നു അറിയിപ്പ്.ജീവനക്കാരെല്ലാം നേരത്തെ വന്നിരുന്നുയെങ്കിലും ത്രിവർണ്ണപതാക ഉയർത്തേണ്ട മേലുദ്യോഗസ്ഥ സുഷമ റാണി മാത്രം എത്തിയില്ല.ഒൻപതു മണി കഴിഞ്ഞു.......ഒമ്പതരയായി

....എന്നിട്ടും അവർ എത്തിയില്ല...

ഓഫീസിലെ കൊടിമരത്തിൽ ഒരു വാടിയ പൂവ് പോലെ കിടക്കുന്ന ത്രിവർണ്ണപതാക കാണുംതോറും അബ്ദുള്ളക്കുട്ടിക്ക് സങ്കടം വർദ്ധിച്ചു.അദ്ദേഹം സുഷമറാണിയെ ഫോണിൽ വിളിച്ചു.മാഡത്തിന്റെ ഫോൺ ബെല്ലടിച്ചു കൊണ്ടേയിരുന്നു.ക്ഷമ നശിച്ച അബ്ദുള്ളക്കുട്ടി സുഷമ റാണിയുടെ മനഃസാക്ഷിസൂക്ഷിപ്പുകാരനായ പരാംദേവിനെ സമീപിച്ചു.

പരാംദേവ് പറഞ്ഞു.

"ഞാനൊന്നു വിളിച്ചുനോക്കട്ടെ ..."

പരാംദേവ് പറഞ്ഞത് പോലെ വിളിച്ചു. മാഡം ഫോൺ എടുത്തു എന്ന് തോന്നുന്നു. അബ്ദുള്ളക്കുട്ടി സംഭാഷണം കേൾക്കാതിരിക്കാൻ ആയിരിക്കണം അയാൾ കുറച്ച ദൂരെ നടന്നു മാറി.

"മാഡം ..."

"എന്തായി?"

"മാഡം കുറച്ചു കഴിഞ്ഞു വന്നാൽ മതി.എല്ലാവരും എത്തിയിട്ട് വരുമ്പോഴാണ് ഒരു ഗമ ...അൽപ്പം കാത്തു നിൽക്കട്ടെ..."

പരാംദേവ് പൊട്ടിച്ചിരിച്ചു.

"നീ വിളിച്ചാൽ മതി"

അവർ മറുപടി പറഞ്ഞു.ഓഫീസിനടുത്തുള്ള ജംഗ്ഷനിൽ കാർ നിർത്തിയിട്ട് ശീതക്കാറ്റ് ആസ്വദിക്കുകയായിരുന്നു അവർ.

പരാംദേവ് തിരിച്ചു വന്നു അബ്ദുള്ളക്കുട്ടിയോട് പറഞ്ഞു ...

"എങ്ങനെ പോയാലും മാഡം എത്താൻ ഉച്ചയാകും.ആശുപത്രികേസാണു"

അബ്ദുള്ളക്കുട്ടിയും ബാക്കിയുള്ളവരും വിഷമിച്ചു.പരാംദേവ് തന്നെ അതിനു ഒരു പരിഹാരം

നിർദേശിച്ചു.

"സുഷമ റാണി കഴിഞ്ഞാൽ പിന്നെ സീനിയർ അബ്ദുള്ളക്കുട്ടി സർ അല്ലെ...അപ്പോൾ സർ തന്നെ പതാക ഉയർത്തണം."

"അത് ശരിയാകില്ല"

അബ്ദുള്ളക്കുട്ടി പറഞ്ഞു.

പരാംദേവ് അതിനോട് യോജിച്ചില്ല.

"ത്രിവർണ്ണപതാക സമയത്തുയർതാതിരിക്കുന്നത് അപമാനമാണ്സ ...ർ തന്നെ ഉയർത്തണം."

എല്ലാ ജീവനക്കാരും അത് ഏറ്റുപറഞ്ഞു.ഒടുവിൽ അബ്ദുള്ളക്കുട്ടി പതാക ഉയർത്തി. സ്വാതന്ത്ര്യദിനസന്ദേശവും നൽകി. അല്പ്പം താമസിച്ചാണെകിലും ത്രിവർണ്ണപതാക ആകാശത്തുയർന്നു പാറി പറക്കുന്നത് കണ്ടപ്പോൾ അബ്ദുള്ളക്കുട്ടിക്ക് എന്തെന്നില്ലാത്ത സന്തോഷം തോന്നി.എല്ലാ രാജ്യങ്ങളെയും കീഴടക്കിയ പ്രതീതി. ആ സമയം പരാംദേവ് സുഷമ റാണിയെ ഫോൺ ചെയ്യുകയായിരുന്നു.

"മാഡം ...പണി പാളി.എത്ര പറഞ്ഞിട്ടും ആ അഹങ്കാരി കേട്ടില്ല.സമയത്തു വന്നില്ലായെങ്കിൽ പതാകയുയർത്തണ്ട എന്ന് പറഞ്ഞു അയാൾ അത് ഉയർത്തി.എല്ലാവരും അയാൾക്ക് പിന്തുണയും നൽകി."

സുഷമ റാണി ചോദിച്ചു.

"ആരാ?"

"മറ്റാര് ...മാഡത്തിനെ താറടിക്കാൻ നടക്കുന്ന അവൻ ...അബ്ദുള്ളക്കുട്ടി ..."

സുഷമ റാണിക്ക് ഭ്രാന്തായി.

"നീ അവിടെ നിൽക്ക് ..."

അവർ വേഗം ഓഫീസിലെത്തി.ഓഫീസ് മുറ്റത്തു പാറിപ്പറക്കുന്ന ത്രിവർണ്ണപതാകയിൽ ഒന്ന് നോക്കുകപോലും

ചെയ്യാതെ അവർ സ്വന്തം ക്യാബിനിലേക്ക് പോയി. ദേഷ്യം കൊണ്ട് മേശപ്പുറത്തിരുന്ന ഫയലുകൾ വലിച്ചെറിഞ്ഞു.പരാംദേവ് ആശ്വസിപ്പിച്ചു.

"മാഡം ...ഇതിനു ടെൻഷൻ ആകേണ്ട ...നമ്മുക്കൊരു പണി കൊടുക്കാം ...മാഡം നടക്കൂ ..."

സുഷമ റാണി ചോദിച്ചു.

"ഞാനെന്തു ചെയ്യണം?"

പരാംദേവ് ഒന്ന് ചിരിച്ചു.പിന്നെ കള്ളക്കണ്ണിട്ട് സുഷമറാണിയെ നോക്കി.

"മാഡം സുന്ദരിയാണമാ ...ഡത്തിനെ കണ്ടാൽ ആർക്കും..."

"പരാംദേവ്..."

അവർ ക്ഷുഭിതയായി.

പരാംദേവ് പിന്മാറിയില്ല.

"മുഴുവൻ കേൾക്കൂ ...അബ്ദുള്ളകുട്ടി സർ മാഡത്തിനെ വല്ലാതെ നോക്കിയാൽ പോരെ?...വകുപ്പ് മാറിയില്ലേ?"

"അയാൾ അതിനു അത്തരക്കാരനല്ലല്ലോ?"

പരാംദേവിന് അതിനും മറുപടിയുണ്ടായിരുന്നു

"ഒന്നുമറിയാത്തതു പോലെ ...അയാൾ നോക്കണ്ടല്ലോ ...നോക്കിയെന്നു മാഡം പറഞ്ഞാൽ പോരെ?"

സുഷമ റാണി പൊട്ടിച്ചിരിച്ചു.എഴുന്നേറ്റു പരാംദേവിന് നേർക്ക് കൈ നീട്ടി.

"കൊടുക്ക് കൈ"

"എന്തൊരു മൃദുലത?"

പരാംദേവ് കുസൃതിയോടെ പറഞ്ഞു.

"പോടാ"

സുഷമ റാണി മേലുദ്യോഗസ്ഥ അല്ലാതായി.

പ്രിയമുള്ളവരേ ...

അടുത്ത സ്വാതന്ത്ര്യദിനാഘോഷം നടക്കുമ്പോൾ അബ്ദുള്ളകുട്ടിക്ക് ഓഫ്ഫീസിൽ കയറാൻ

അനുവാദമില്ലായിരുന്നു. ഓഫീസിനുള്ളിൽ ഉയർത്തിയ പതാക മതിലിനു പുറത്തുള്ള അബ്ദുള്ളക്കുട്ടിയെ നോക്കി ചിരിച്ചു.ത്രിവർണ്ണപതാകയെ നോക്കി അഭിമാനത്തോടെ അബ്ദുള്ളകുട്ടി അഭിവാദ്യം ചെയ്തു.പക്ഷെ മനസ്സ് വല്ലാതെ വിങ്ങി പോയി. ആരോടെന്നില്ലാതെ ചോദിച്ചു.

"സ്വാതന്ത്ര്യം എന്നാൽ ഇതാണോ?"

# # #

12

കൊട്ടാരവിപ്ലവം

വിപ്ലവം ജയിക്കട്ടെ...

വിപ്ലവം ജയിക്കട്ടെ...

വിപ്ലവം ജയിക്കട്ടെ...

എന്ന് ഉറക്കെ മുദ്രാവാക്യം വിളിച്ച ശേഷം അവർ കൊട്ടാരത്തിനുള്ളിൽ പ്രവേശിച്ചു.

രാജാവിന്റെ ദാസന്മാരെ കൊന്നൊടുക്കിയ ശേഷം നേതാക്കന്മാർക്ക് വഴിയൊരുക്കി നിൽക്കുന്ന അണികളുടെ ആരവങ്ങളുടെ ഇടയിലൂടെ നടന്നാണ് അവർ കൊട്ടാരത്തിനുള്ളിൽ പ്രവേശിച്ചത്. കൊട്ടാരത്തിനുള്ളിൽ നടക്കാൻ പോകുന്ന വിപ്ലവം സ്വപ്നം കണ്ട്, കൂലിക്കാരുടെയും പാവപ്പെട്ടവരുടെയും രാജ്യം വരുമെന്ന് സ്വപനം കണ്ട് അണികൾ ആവേശത്തോടെ കാത്തു നിന്നു.

കൊട്ടാരത്തിനുള്ളിൽ നേതാക്കന്മാർ രാജാവിനെ അന്വേഷിച്ചു പിടിച്ചു. അനന്തരം, രാജാവിന്റെ ശിരസ്സ് ചേദിച്ചു.ശിരസ്സില്ലാത്ത ഉടലിൽ അവർ മതി വരാതെ വീണ്ടും വീണ്ടും വെട്ടി. ഭയന്നു വിറച്ചു, ഒന്ന് മിണ്ടാൻ പോലും കഴിയാതെ നിന്ന രാജ്പത്നിയെയും, മകളെയോ നിലവറക്കുള്ളിൽ വെച്ച് നേതാക്കന്മാർ മാറി മാറി ഭോഗിച്ചു. അതിനിടയിൽ ജീവൻ വെടിഞ്ഞ അവരുടെ ശരീരത്തെ

വെട്ടിനുറുക്കി. ഉന്മാദത്തോടെ അവർ ആർത്തട്ടഹസിച്ചു. നിലവറക്കുള്ളിൽ കണ്ട സമ്പത്തു അവരെ ഭ്രാന്തന്മാരാക്കിയത് പോലെ.......

രാജാവ് കാലാകാലങ്ങളായി ഉപയോഗിച്ച് ഉപേക്ഷിച്ച സിംഹാസനങ്ങൾ അവർ ഓരോരുത്തരായി മത്സരിച്ചു സ്വന്തമാക്കി.

പുറത്തു കാത്തു നിന്ന അണികൾ, പിന്നെ കണ്ടത്, മട്ടുപ്പാവിൽ അവരെ കൈവീശി നിൽക്കുന്ന നൂറ്റിപത്തൊൻപത് രാജാക്കന്മാരെയാണ്.

കിരീടം വെച്ച നൂറ്റിപത്തൊൻപത് പേർ ...

അവരിൽ നിന്ന് വളരെ ഉയരെ ...അങ്ങ് ഉയരത്തിൽ...മട്ടുപ്പാവിൽ ...

വിപ്ലവം നീണാൾ വാഴട്ടെ ...

ഷാജില്‍ അന്ത്രു

1968-ല്‍ തിരുവനന്തപുരത്ത് ജനിച്ച ഷാജില്‍ അന്ത്രു, മലയാളത്തിലെ ചെറുകഥാകൃത്തും ഉപന്യാസകാരനുമായ പിതാവ് കെ എം അന്ത്രുവിന്റെ പാത പിന്തുടര്‍ന്ന് ചെറുപ്രായത്തില്‍ തന്നെ ചെറുകഥകളും കവിതകളും എഴുതിത്തുടങ്ങി.രക്ഷകന്റെ വരവ് (2010)‌– മലയാള ചെറുകഥാ സമാഹാരം, ഉത്തരം (2013)– മലയാള നോവല്‍, സ്വപനങ്ങളിലെ പക്ഷി (2017)– മലയാള കവിതാ സമാഹാരം, ഓവര്‍ എ കപ്പ് ഓഫ് ടീ (2018) – ഇംഗ്ലീഷിലെ പ്രണയകഥാ സമാഹാരം ഏയ് – ചു (2019) ഇംഗ്ലീഷില്‍ രണ്ട് പ്രണയകഥകള്‍, വിശ്വസാഹിത്യത്തിലെ ഏറ്റവും ചെറിയ കഥ (2020)– മലയാള കഥ, ജാനസ് ആന്‍ഡ് അദര്‍ പോയട്രി (2021)– ഇംഗ്ലീഷ് കവിതകള്‍, റീ ഡിഫൈനിംഫ് ലിറ്റര്‍റേച്ചര്‍ (2021)– ഇംഗ്ലീഷ് സാഹിത്യ ഉപന്യാസങ്ങള്‍, സിക്സ് വേര്‍ഡ് സ്റ്റോറീസ് (ഇംഗ്ലീഷ് കഥകള്‍) ഇന്‍ മെമ്മോറിയം ഓഫ് ഏണസ്റ്റ് ഹെമിംഗ്വേ (2021) – ഇംഗ്ലീഷ് ചെറുകഥകളും, നീലാകാശം (2022) പ്രതിഫലനോവ്യം എന്നിവയാണ് അദ്ദേഹത്തിന്റെ പ്രസിദ്ധീകരിച്ച കൃതികള്‍.

കൊട്ടാരവിപ്ലവം അദ്ദേഹ ത്തിന്റെ പതിനാലാമത്തെ കൃതിയാണ്. കൊട്ടാരവിപ്ലവം എന്ന പന്ത്രണ്ട് കഥകളുടെ സമാഹാരം വായനക്കാരനെ വ്യത്യസ്തതല ങ്ങളിലേക്ക് കൊണ്ട് പോകുകയും ചിന്തിപ്പി ക്കുകയും, സമകാലിക – സാമൂഹ്യ – വിഷയ ങ്ങളുടെ പ്രതിഫലനോവ്യമായി അനുഭവ പെടുത്തുകയും ചെയ്യും എന്ന് തീര്‍ച്ച.

മൂന്ന് വാക്കുകളില്‍ ലോകത്തിലെ ഏറ്റവും ചെറിയ കഥ രചിച്ചു, ഏര്‍നെസ്റ് ഹെമിങ്ബേയുടെ ആറു വാക്കുള്ള കഥയെ പിന്‍തള്ളിയ എഴുത്തുകാരന്‍, ഫിഷ്ബോണ്‍ കവിത – ഒരു പുതിയ കാവ്യരൂപത്തിന്റെയും, സീറോയിസം – പുതിയ ലോക

ക്രമം അഥവാ പോസ്റ്റ് മെറ്റാ മോഡേണിസ്റ്റിക് യുഗത്തിന് ബദലിന്റെ ഉപജ്ഞാതാവ്, സുസ്ഥിരമായ ഒരു ലോകത്തിന്റെ ഭാവിക്ക് സ്വേച്ഛാധിപത്യത്തിന് പകരമുള്ള കാവ്യ നേതൃത്വത്തിന്റെ പ്രചാരകൻ – എന്നിങ്ങനെ പോകുന്നു അദ്ദേഹത്തിന്റെ വിശേഷണങ്ങൾ. ഇന്ത്യ ബുക്ക് ഓഫ് റെക്കോർഡ്സും ഏഷ്യ ബുക്ക് ഓഫ് റെക്കോർഡും അദ്ദേഹത്തിന്റെ മൂന്ന് പദങ്ങളുള്ള "ഏയ്" എന്ന കഥ ടൈറ്റിൽ നൽകി.